அடுத்த வீடு ஐம்பது மைல்
ஆஸ்திரேலியப் பயணக் கட்டுரை

அடுத்த வீடு ஐம்பது மைல்

தி. ஜானகிராமன் (1921–1982)

தஞ்சை மாவட்டம் மன்னார்குடியை அடுத்த தேவங்குடியில் பிறந்தவர். பத்து வருடங்கள் பள்ளி ஆசிரியராகப் பணியாற்றியவர். பின்பு அகில இந்திய வானொலியில் பணியாற்றி ஓய்வுபெற்றார். கர்நாடக இசை அறிவும் வடமொழிப் புலமையும் பெற்றிருந்தவர்.

1937இல் எழுதத் தொடங்கிய தி. ஜானகிராமன், 'மோக முள்', 'அம்மா வந்தாள்', 'மரப்பசு' உள்ளிட்ட ஒன்பது நாவல்கள், நூற்றுக்கும் மேற்பட்ட சிறுகதைகள், மூன்று நாடகங்கள், பயண நூல்கள் ஆகியவற்றை எழுதினார். சிட்டியுடன் இணைந்து எழுதிய 'நடந்தாய் வாழி காவேரி' பயண இலக்கிய வகையில் முக்கியமான நூலாகக் கருதப்படுகிறது.

'மோக முள்', 'நாலு வேலி நிலம்' ஆகியன திரைப்பட மாக்கப்பட்டுள்ளன. 'மோக முள்', 'மரப்பசு', 'அம்மா வந்தாள்', 'செம்பருத்தி' ஆகிய நாவல்களும் பல சிறு கதைகளும் இந்திய, ஐரோப்பிய மொழிகளில் மொழி பெயர்க்கப்பட்டிருக்கின்றன.

1979இல் 'சக்தி வைத்தியம்' சிறுகதைத் தொகுப்பிற்கு சாகித்திய அக்காதெமி விருது வழங்கப்பட்டது.

ஆசிரியரின் காலச்சுவடு வெளியீடுகள்

நாவல்

- அமிர்தம்
- மோக முள்
- மலர் மஞ்சம்
- அன்பே ஆரமுதே
- அம்மா வந்தாள்
- உயிர்த் தேன்
- செம்பருத்தி
- மரப்பசு
- நளபாகம்

சிறுகதை

- கொட்டு மேளம்
- சிவப்பு ரிக்ஷா
- சிலிர்ப்பு
- தி. ஜானகிராமன் சிறுகதைகள் (முழுத் தொகுப்பு)
- கச்சேரி (தொகுக்கப்படாத கதைகள்)
- பாயசம்

குறுநாவல்

- அடி
- தி. ஜானகிராமன் குறுநாவல்கள் (முழுத் தொகுப்பு)

பயண நூல்

- நடந்தாய்; வாழி, காவேரி! (சிட்டியுடன்)
- கருங்கடலும் கலைக்கடலும்
- உதய சூரியன்

வாழ்வியல் சித்திரம்

- அபூர்வ மனிதர்கள்

கட்டுரைகள்

- தி. ஜானகிராமன் கட்டுரைகள்

தி. ஜானகிராமன்

அடுத்த வீடு ஐம்பது மைல்
ஆஸ்திரேலியப் பயணக் கட்டுரை

காலச்சுவடு பதிப்பகம்

● அன்பார்ந்த வாசகருக்கு,

வணக்கம்.

காலச்சுவடு நூலை வாங்கியமைக்கு நன்றி.

நூலின் உள்ளடக்கம், உருவாக்கம், அட்டைப்படம் இன்ன பிற அம்சங்கள் பற்றிய உங்கள் கருத்துகளையும் ஆலோசனைகளையும் காலச்சுவடு வரவேற்கிறது. தகவல், எழுத்து, வாக்கியப் பிழைகள் தென்பட்டால் கட்டாயம் தெரிவித்து உதவுங்கள். நூல் தயாரிப்பில் கடும் குறைபாடு இருப்பின் மாற்றுப் பிரதி உங்களுக்குக் கிடைக்கக் காலச்சுவடு ஏற்பாடு செய்யும்.

மின்னஞ்சல்: **publisher@kalachuvadu.com**

காலச்சுவடு நாகர்கோவில் அலுவலகத்திற்குக் கடிதம் அனுப்பலாம்.

தங்கள்
எஸ்.ஆர். சுந்தரம் (கண்ணன்)
பதிப்பாளர் – நிர்வாக இயக்குநர்

அடுத்த வீடு ஐம்பது மைல் ◆ பயணக் கட்டுரை ◆ ஆசிரியர்: தி. ஜானகிராமன் ◆ © உமாசங்கரி ◆ முதல் பதிப்பு: 1981 ◆ காலச்சுவடு முதல் பதிப்பு: டிசம்பர் 2023 ◆ வெளியீடு: காலச்சுவடு பப்ளிகேஷன்ஸ் (பி) லிட்., 669, கே.பி. சாலை, நாகர்கோவில் 629001

காலச்சுவடு பதிப்பக வெளியீடு: 1264

aTutta viiTu aimpatu mail ◆ Travelogue ◆ Author: Thi. Janakiraman ◆ © Umashankari ◆ Language: Tamil ◆ First Edition: 1981 ◆ Kalachuvadu First Edition: December 2023 ◆ Size: Crown 1 x 8 ◆ Paper: 18.6 kg maplitho ◆ Pages: 80

Published by Kalachuvadu Publications Pvt. Ltd., 669, K.P. Road, Nagercoil 629001, India ◆ Phone: 91-4652-278525 ◆ e-mail: publications@kalachuvadu.com ◆ Printed at Mani Offset, Chennai 600077

ISBN: 978-81-19034-88-8

12/2023/S.No. 1264, kcp 4849, 18.6 (1) 9ss

1

அந்தி வேளையில் அஜ்மல்கான் ரோடில் (புதுடில்லி), சாந்தினி சவுக்கில் (பழைய டில்லி), பாப்பா நகரில் (புது டில்லி), மவுண்ட்ரோட் தபாலாபீஸ் எதிரில் (சென்னையில்) நடக்கும்போது பூபாரம் பூபாரம் என்று குஞ்சாப்பாட்டி அலுத்துக் கொள்ளுகிற வழக்கம். "இப்படியா நெளியும், புழு நெளியற மாதிரி! மனுஷக் கூட்டமா, புழு நெளிசலா இது! அடிப்பிரதட்சணம் பண்றேன்னு வேண்டிக்கவே வாண்டாம். இனிமே அஞ்சு நிமிஷம் இங்க நடந்தாப் போறும். எனக்கு ஒரு பசு மாடு வாங்கித் தாடாப்பா. நானும் அது பக்கத்தில பூமாதேவி மாதிரி நின்னுண்டு பூபாரம் தாங்கலியேன்னு மகாவிஷ்ணுவை நிமிர்ந்து பார்க்கறேன்" என்று ரவிவர்மா படத்தை ஞாபகப் படுத்துவாள் குஞ்சாப்பாட்டி.

மகாவிஷ்ணு விரும்பினால் நிச்சயமாக அவளை ஆஸ்திரேலியாவில் கொண்டு நிறுத்தியிருப்பார்!

இருபத்திரண்டு பேர் பிரிஸ்பேனிலிருந்து பஸ்ஸில் கிளம்பி நீலமலைத் தொடரைக் கடந்து மேற்கே போய்க்கொண்டிருந்தோம். ஆஸ்திரேலியாவில் வாழ்கிற மக்களை முக்கி முக்கி எண்ணினால் கூட, ரூபாய் நோட்டுக்களை எண்ணுகிற கவனத்தோடு

திருப்பித் திருப்பி எண்ணினால்கூட ஒன்றரைக் கோடியை எட்ட முடியாது! இதிலும் முக்கால்வாசிக்கு மேல் கிழக்குக் கரை ஓரம், கொஞ்சம் தெற்குக் கரையில், அதற்கும் கொஞ்சம் தென்மேற்கு மூலையில், இன்னும் கொஞ்சம் டாஸ்மேனியாவில் வாழ்கிறார்களாம்! மற்ற இடங்கள் சூன்யம். இத்தனைக்கும் இந்தியாவை விட கிட்டத்தட்ட மூன்று மடங்கு பெரிய நாடு, பம்பாய், கல்கத்தா இந்த இரண்டு நகரங்களின் மக்களுக்கும் குறைவான மக்கள் தொகை: ஸிட்னி நகரத்தில்கூட டவுன் பஸ்களில் ஒரே சமயத்தில் இருபது பேரைப் பார்த்தாலே நெரிகிற கூட்டம் என்று சொல்ல வேண்டும். அதனால் ஸ்டாண்டீஸ் என்று புதிய இங்கிலீஷில் சொல்கிற ‘நிற்போர்’களைக் காணமுடியாது. ரயில்களிலும் ஒரு பெட்டிக்கு எட்டு பேர் இருந்தாலே திருவிழாக்கூட்டம். பஸ்ஸோ ரயிலோ தேவை இல்லாதது போன்ற ஒரு நிறைவு. அதாவது கார் இல்லாத குடும்பம் இல்லை என்று கணக்குப் போட்டுச் சொல்லலாம். சில குடும்பங்களில் இரண்டு, மூன்று, நாலு கார்கள் உண்டு. தொடக்கப்பள்ளி ஆசிரியர்கள்கூட கார் வைத்துக்கொண்டிருக்கிறார்கள்.

நீலமலையைக் கடந்து மேற்கே போய்விட்டால், ஐம்பது மைலுக்கு ஒரு வீடாம். இதைப் பார்க்கத்தான் போய்க்கொண்டிருந்தோம். நூறு, இருநூறு மைலுக்கு ஒன்று என்று சின்னச் சின்ன நகரங்கள் வரும். இரண்டாயிரம் மூவாயிரம் பேர் இருந்தாலே அது நகரமாம் – பெரிய ஊராம்!

ஒருநாள் இரவு செண்ட்ஜார்ஜ் என்று ஞாபகம் – அந்த ஊரில் ஒரு மோட்டலில் தங்கியிருந்தோம். அதாவது மோட்டாரோடு தங்குகிற ஹோட்டல், மோட்டாரை நீங்கள் தங்குகிற அறைக்கு எதிராகவே நிறுத்திக்கொள்ளலாம். இரவு தங்கிவிட்டு வாடகையைக் கொடுத்துவிட்டுக் காலையில் காரை எடுத்துக்கொண்டு கிளம்பிவிடலாம். ஊருக்கு, ஊர் இந்த மாதிரி ஓரிரண்டு மோட்டல்கள், காலையில் எழுந்து நாற்பது மைலுக்கு

அப்பால் உள்ள ஆஷ்லிங் என்ற ஊருக்குச் செல்ல வேண்டும். அதாவது வீட்டுக்கு. பஸ் கிளம்பிற்று, ஊருக்கு வெளியே வந்து பெரும் சாலையில் ஏறிற்று. நாற்பது மைல் வேகத்தில் போயிற்று. புறப்படும்போது மணி எட்டு, ஒன்பது, பத்து, பதினொன்று – பதினொன்னரை... பஸ் போய்க்கொண்டிருந்தது. குறைந்தது நூற்று இருபது மைலாவது போயிருக்க வேண்டும். காட்டுவழி, புலி, யானை என்று பயமுறுத்தும் காட்டுவழி அல்ல. யூகலிப்டஸ் மரங்களும், நாம் பார்க்காத மற்ற மரங்களும் நெடிது வளர்ந்த காடுகள். எப்போதாவது ஓரிரண்டு மிரண்ட கங்காருகள் தாவிப் பாய்ந்து ஓடும். கூட ஒரு குட்டியும் ஓடும். பஸ் ஓட்டியிடம் கேட்டோம். நாற்பது மைலுக்கா மூன்று மணி நேரம் என்று. முதலில் அவர் “இதோ வந்துடும். இதோ வந்துடும்” என்று சொல்லிக்கொண்டிருந்தார். மேலும் அரை மணி பஸ்ஸை மட்டும் நிறுத்தவில்லை அவர். திடீர் என்று மூன்று மனித உருவங்களைப் பார்த்தோம். வெள்ளைக்காரர்கள்! சாலைக்கு நூறு கஜத்திற்கப்பால் மரம் வெட்டிக்கொண்டிருந்தார்கள். அவர்களிடம் கேட்கலாமே என்று கார் ஓட்டியிடம் சொன்னோம். ‘அதெல்லாம் தேவையில்லை. வாருங்கள்’ என்று தன் வேலை யிலேயே முனைந்திருந்தார். மூன்றுமணிநேரத்திற்குப் பிறகு மனித நடமாட்டத்தைப் பார்த்தது அப்போதுதான்! அந்த உதவியையும் உதறிவிட்டார் அவர். இன்னும் அரைமணி, திடீர் என்று வழி மூன்று கிளைகளாகப் பிரிந்தது. வலது பாதையில் காரை ஓட்டினார் அவர். இந்தப் பக்கம் வந்து வழக்கம் உண்டா என்று கேட்டதும் ‘இல்லை’ என்று பதில். எங்களோடு வழிகாட்ட வந்த வெள்ளைக்காரரை பிரிஸ்பேன் வாசி – கார் ஓட்டியிடம் பேசும்படிக் கேட்டுக்கொண்டோம். அவர் இத்தனை நேரம் பாடிக்கொண்டிருந்தார். நடுநடுவில் காஸட் ரிக்கார்டரை அமுக்கிப் பாட்டுப்பாட விடுவார். எனக்குப் பசி. அவர் அரைமனதாக ஒப்புக்கொண்டு கார் ஓட்டியிடம் வந்தார். ஏதோ பேசினார். கார் ஓட்டி காரை நிறுத்தினார். பேந்தப் பேந்த விழித்தார். அவருக்கும் வழி தெரியவில்லையாம்!

'வழி தவறிவிட்டது என்று நினைக்கிறேன்' என்று சொன்னார். சரி இன்னும் கொஞ்ச தூரம் போய்ப் பார்ப்போம் என்று இருவரும் முடிவுசெய்தார்கள். இருபது நிமிஷத்திற்குப் பிறகு ஒரு தோட்டத்திற்கு நடுவில் வீடு ஒன்று தெரிந்தது. வாசல் கேட் சாத்தியிருந்தது. அதற்கு முன் காரை நிறுத்தி ஹாரனை மூன்று தடவை அமுக்கினார். ஒரு நிமிஷம் கழித்து ஒரு கிழவர் – வெள்ளைக்காரர் வெளியே வந்தார். ஆஷ்லிங்க்குக்கு எப்படிப் போக வேண்டும் என்று கேட்டதற்கு, இன்னும் இரண்டு மணி என்றார் அவர். வழிதவறிவிட்டது என்று தெரிந்ததும் கேட்டைத் திறந்துவிட்டு உள்ளே பஸ்ஸை அழைத்தார். எல்லோரும் இறங்கினோம். ஸ்ட்ரா பெர்ரி மரம் கிளைகள் கவிழக் கவிழக் காய்த்துப் பழுத்திருந்தது! சாப்பிடுங்கள் என்று கையைக் காட்டினார். இருபத்திரண்டு பேரும் பாய்ந்தோம்! ஆளுக்குப் பத்து பறித்துக்கொண்டோம். கிழவர் உள்ளே ஓடினார். மர வீடு, பெரிய வீடு. கிழவர் உள்ளே கூப்பிட்டு உட்காரவைத்தார். சோபா, நாற்காலி, ஜன்னல் என்று அகப்பட்ட இடத்தைப் பிடித்து உட்கார்ந்தோம். மூன்று நிமிஷத்தில் அத்தனை பேருக்கும் ஆரஞ்சு ரசம் வந்தது. குவீன்ஸ்லாந்து வெயில் நம்மூர் வெயில் மாதிரிதான். கொஞ்சம் வறட்டு வெயில் வேறு. மண்டையைப் பிளக்கிற வெயில், நாக்கும் அண்ணமும் ஒட்டிக்கொள்கிற வறட்சி. நாங்கள் இளைப்பாறுவதற்குள், கிழவர் ஆஷ்லிங்குக்கு ஃபோன் செய்துகொண்டிருந்தார்.

ஆஷ்லிங்காரர் எங்களுக்காகக் காலை ஒன்பது மணிமுதல் காத்துக்கொண்டிருக்கிறாராம். நாங்கள் வழிதவறிவிட்டதாக அவருக்கும் ஊகமாம். "இரண்டு மைல் போனதும், பாதை மூன்றாகப் பிரியும். நடுப்பாதையில் போங்கள். இரண்டே மணி நேரத்திற்குள் போய்ச் சேரலாம்" என்றார் கிழவர். புறப்பட்டோம். இரண்டு மணி நேரம் என்றால் குறைந்தது அறுபது மைலாவது இருக்கும். அவர் சொன்னபடியே சரியாகப் பிற்பகல் மூன்று மணிக்கு 'ஆஷ்லிங்' சாலையோரமாக ஒரு சின்னப் பலகை

தெரிந்தது. அந்த இடத்தில் ஒரு சிறிய பாதை. அதற்குள் பஸ் திரும்பிற்று. மூன்று மைல் போனதும், ஒரு மரவாசல். அதன் பக்கத்தில் இரு பக்கமும் திறந்து ஒரு பழைய பீப்பாய், அதற்குள் நாலைந்து கடிதங்கள். கார் ஓட்டி பஸ்ஸை நிறுத்தி அந்தக் கடிதங்களை எடுத்துவைத்துக்கொண்டார். மேலும் ஒரு மைல் போனதும் ஒரு தோட்டத்தின் நடுவில் வீடு தெரிந்தது. வீட்டுச் சொந்தக்காரர் மனைவியுடன் வெளியே காத்துக்கொண்டிருந்தார். தோட்டத்தில் ஒரு டிராக்டர், புல்டோஸர், பெட்ரோல் டின்கள், ஒரு மோட்டார் சைக்கிள், மோட்டார் கார் இவையெல்லாம் நிற்பதைப் பார்த்தோம்!

அந்த ஆஸ்திரேலியருக்கு இரு குழந்தைகள். எட்டு வயது, ஐந்து வயது. இரண்டும் பெண்கள். பள்ளிக்கூடம் போகாமல் எப்படி மூத்த பெண் படிக்கிறாள் என்று பார்க்கத்தான் நாங்கள் போயிருந்தோம். பல நூறு மைல்களுக்கு அப்பால் உள்ள பிரிஸ்பேன் நகரத்திலிருந்து அவருக்கு வாரா வாரம் பாடங்கள் அச்சிட்டோ, தட்டச்சு நகல்களாகவோ வருகின்றன. கூட ஒரு காஸட் ஒலிப்பதிவும் வருகிறது. அப்பாவும் அம்மாவும் குழந்தைக்குக் கற்பிக்கிறார்கள். இவற்றோடு, சார்லிவீல் என்ற ரேடியோ நிலையத்திலிருந்து ஒரு வாத்தியாரம்மாள் தினந்தோறும் குறிப்பிட்ட நேரத்திற்குப் பாடம் கற்பிக்கிறார்கள். அந்தப் பாடமும் பிரிஸ்பேனிலிருந்து அஞ்சலில் வருகிற பாடமும் ஒன்றுதான். அச்சுப் புத்தகம் மட்டும் போதாதென்று நாள்தோறும் ரேடியோ மூலமும் ஒரு அரைமணி இந்தப் பாடம் நடக்கிறது.

"நல்ல வேளையாக நேரமானாலும், நீங்கள் நேரத்திற்கு வந்தீர்கள். இன்னும் கால்மணி நேரத்தில் ரேடியோ பாடம் தொடங்கப் போகிறது. அதற்குள் நீங்கள் சாப்பிட்டுவிடலாம்" என்றார் வீட்டுக்காரர். ஸாண்ட்விச், பழங்கள், காப்பியெல்லாம் பரிமாறினார்கள். சாப்பிட்டு முடிப்பதற்கும் ரேடியா பாடம் தொடங்குவதற்கும் சரியாக இருந்தது. அந்த ரேடியோவுக்குத் தொழில் நுணுக்கப்

பெயர் ட்ரான்ஸீவர். அதாவது டிரான்ஸ்மீட்டர், ரிஸீவர் இரண்டும் பொருந்திய ரேடியோ கருவி; ரேடியோ கேட்கும்போதே, ஒரு பித்தானை அழுத்தி ரேடியோ ஆசிரியரிடம் பேசலாம். இந்த மாதிரி பல குழந்தைகள், 50 மைல் 100 மைல் தூரங்களில் உள்ள இன்னும் 15 குழந்தைகள் கேட்டுக்கொண்டிருந்தன. அதாவது ஒரு வகுப்பு அறை பல நூறு மைல்களில் இறைந்து கிடக்கிறது! பரப்பில் பார்த்தால் மொத்தம் இரண்டாயிரம் மூவாயிரம் மைல் பரப்பில் வரும். 50 மைலுக்கு ஒரு வீடு என்றால் ஆசிரியர் ஒவ்வொரு வீடாகப் போக முடியாது. குழந்தை களும் போக முடியாது. அதற்காக இப்படி ஏற்பாடு செய்திருக்கிறார்கள். ஜனத்தொகை குறைவு – தூரம் – இரண்டோடும் இப்படிப் போராடுகிறது ஆஸ்திரேலியா!

அந்த வீட்டுக்காரருக்கு மொத்தச் சொத்து ஒரு லட்சத்து ஐம்பதாயிரம் ஏக்கர். அதில் சுமார் ஐயாயிரம் ஏக்கரில் சாகுபடி செய்கிறார் – தானியம், கறிகாய் எல்லாம். மற்ற ஏக்கர்கள் வெறும் யூகலிப்டஸ் காடு. சாகுபடியெல்லாம் தன்னந்தனியாகச் செய்கிறார்; மனைவி உடன் உதவுகிறார். இந்தக் குழந்தையும் உதவுகிறது. வீட்டுக்காரர் தானே ட்ராக்டரை ஓட்டுகிறார்; உழுகிறார்; விதைக்கிறார். உரம், பூச்சிக்கொல்லி எல்லாம் தானே மனைவி, குழந்தையின் உதவியுடன் இடுகிறார். அறுவடையும் அவர் கையால்தான். இத்தனைக்கும் இயந்திரங்கள் உதவுகின்றன. கூலி வேலைக்கு ஆள் கிடையாது. எல்லாம் தானே செய்துகொள்ள வேண்டும். உலகத்தின் பல பாகங்களிலிருந்து கூலிக்கு ஆட்களை இறக்குமதி செய்துகொள்ளலாம்; செய்யவில்லை. கிரீஸ், இத்தாலி போன்ற வெள்ளையர் நாடுகளிலிருந்துதான் அத்தகைய ஆட்கள் வருகிறார்கள். ஆசியப் பழுப்பர் களுக்குக் கண்டத்தின் உள்ளே புக அனுமதி கிடையாது! வெள்ளை ஆஸ்திரேலியர்க் கொள்கை. இத்தாலி, கிரீஸ் போன்ற வெளிநாடுகளிலிருந்து வரும் வெள்ளை ஆட்களும் அநேகமாக நகரங்களில்தான் அதிகமாக வேலை

பார்க்கிறார்கள். ஐம்பது மைலுக்கு ஒரு வீட்டில் இப்படி தனியாக இருந்து கஷ்டப்பட்டாலும் படுவோம்; வெளி ஆட்களை அப்படி லேசில் குடியேறவிட மாட்டோம் என்று பிடிவாதம்!

முன்பு பார்த்த கிழவரைப் போல இந்த வீட்டுக்காரரும் தானே இந்தப் பெரிய வீட்டைக் கட்டிக்கொண் டிருக்கிறார். விசாலமான வீடு, மரவீடு, தச்சு வேலை, கொத்து வேலை எல்லாம் அவர் கைப்படச் செய்தது. அழகு வேலை அவர் மனைவி செய்தது.

ரேடியோ பாடம் நடந்தது. அந்தக் குழந்தை பெட்டியில் வரும் கேள்விகளுக்குப் பதில் சொல்லிக்கொண்டிருந்தது. ஆசிரியர் கேள்விகள் எங்களுக்கும் கேட்டன.

குழந்தை தவறிச் சொன்னால் தாய்கூட இருந்து திருத்துகிறாள். ஆசிரியர் அடுத்த அறையில் இருப்பது போன்ற ஒரு பிரமை எங்களுக்கு!

2

இப்படி, படிக்கும் நேரத்தில்தான் அது குழந்தை. மற்றபடி, பெரிய வயது மனப்பான்மை. கூட விளையாட அதே வயதில் வேறு குழந்தைகள் இல்லை. வீட்டுக்கு வெளியே வந்து எட்ட எட்டப் பார்த்தாலும் வெறும் மரங்கள்தான். அலைந்து திரியலாம். பயமும் இல்லை. பயமுறுத்தும் விலங்குகளும் இல்லை. எப்போதாவது ஒரு கங்காரு துள்ளி ஓடும். தன் வம்புக்கு வராத யார் மீதும் அது விழுந்து பிடுங்குவதில்லை. லட்சத்து ஐம்பதாயிரம் ஏக்கர் காடுகளைத் தவிர, அந்தக் குடும்பத்துக்கு ஐயாயிரம் மாடுகள் உண்டு. பாலுக்கும் ஆடைக்கும், இறைச்சிக்கும் கொழுக்கும் ஆத்மாக்கள். சின்ன மந்தையும் பெரிய மந்தையுமாக, அருகிலும், தொலைவிலும் மேய்பவை. அருகில் மேயும் மந்தைகளை ஒரு சின்னக் குதிரை மீதேறி, தொழுவங்களில் ஓட்டி அடைக்கும் இந்தக் குழந்தை. இதே போல இன்னும் பல பெரியவர்கள் செய்யும் காரியங்கள். அதனால் சிறு வயதிலேயே பெரியவர் களின் மனப்பாங்கு – பேச்சு செயல்கூட அப்படித்தான். இதற்காக இந்த மாதிரிப் படிக்கும் பல குழந்தைகளைப் பல நூறு மைல் 'வீடு'களிலிருந்து ஆண்டுதோறும் ஒரு இடத்தில் தருவித்து எட்டு பத்து நாள்

தி. ஜானகிராமன்

முகாம் போடுகிறார்கள். சம வயதுக் குழந்தைகளோடு பழகிப் பழக்கமில்லையாதலால் முதல் இரண்டு மூன்று நாள் தயக்கமும் சுணக்கமுமாக இருந்து பிறகுதான் கலகலவென்று பேசி உறவாடத் தலைப்படுகின்றன குழந்தைகள் என்று ஒரு ஆசிரியர் சொல்கிறார்.

குழந்தைகளுக்காக இந்தப் பாடுபடுகிறார்கள் ஆஸ்திரேலியர்கள். இந்த ஊரில் அப்படி, கம்பூச்சியாவில் (அதுவும் நம் ஊர்ப் பெயர்தான் – காம்போஜம்) பல்லாயிரம் குழந்தைகள் பசியிலும் பட்டினியிலும் கால் சூம்பி, வயிறு வீங்கிப் பாஷாணம் உண்ட எலிகளாக நிற்கும் புகைப்படங்களைச் சென்ற ஆண்டு பார்த்தோம். டில்லியில் இரண்டு மூன்று செல்ஸியஸ் குளிரில் கை – கால், உதடுகள் வெடிக்கும் வறட்டுக் குளிரில், மூன்று ஸ்வெட்டர்கள், கோட்டுகளை மீறி எலும்பில் புகுந்து மூட்டு நோகச் செய்யும் குளிரில் நைந்து கிழிந்த ஒரே பருத்திச் சட்டையுடன் *ஈவினிங் நியூஸ்* விற்கும் ஏழெட்டு வயதுக் குழந்தைகள். நடைபாதையில் 'அசட்டையாக' முடங்கிக் கிடக்கும் குழந்தைகள் – இவை நித்தியக் காட்சி. இந்த மாதிரி ஒரு ஆறு வயதுக் குழந்தை மாவுமிஷின் போல நடுங்கியவாறு பலூன் விற்றுக்கொண்டிருந்தது. அதைப் பார்த்த ஒரு கல்லூரிப் பெண், 'வா, ஒரு சட்டை வாங்கிக் கொடுக்கிறேன்!' என்று அழைத்துப் போய்ப் பல வண்ண ஸ்வெட்டர்கள் பலவற்றைக் காட்டி, 'எது பிடிக்கிறது' என்று கேட்டாள். எதிர்க்கடை ஒரு விளையாட்டுச் சாமான் கடை. அந்தக் குழந்தை, அந்தப் பக்கம் சிரித்துக்கொண்டே கையைக் காட்டிற்று. அந்தப் பெண்ணுக்கு அதிர்ச்சி சிரிப்பு. ஸ்வெட்டர், விளையாட்டுச் சாமான் இரண்டையும் வாங்கிக் கொடுத்து அதோடு நில்லாமல் ஸ்வெட்டரை அணிவித்து, அதோடு பேசிவிட்டுப் போனாள்! சர்வதேசக் குழந்தைகள் ஆண்டு மலை ஏறிவிட்டது. பணக்கார ஏழைப் பள்ளிக்கூடங்களின் குழந்தைகள் நாட்டியமாடி, ட்ராமாயெல்லாம் போட்டார்கள். தெருவில் கிடக்கும் குழந்தைகள் ரொம்ப ரொம்ப சந்தோஷம் அடைந்தன.

இனிமேல் ஏதும் பாக்கி இல்லை. ஜன்ம சாபல்யம் கிடைத்து விட்டது. இப்போது குழந்தைகள் சுதந்திரமாகத் தீப்பெட்டிச் சாலைகளில் சுகந்தங்களை நுகர்ந்து பதினாறு மணிநேரம் வேலை செய்யலாம்; ஹோட்டல்களில் கழுவலாம்; டிக்கெட்டில்லாமல் ரயில்களில் பூட்பாலிஷ் போடலாம்; பேருந்துகளில் மல்லாக் கொட்டை விற்கலாம்!

ஆஸ்திரேலியர்கள் அசடுகள். தினம் குழந்தை நாளாகக் கொண்டாடுகிறார்கள்.

ஆஷ்லிங் வீட்டாரிடம் விடைபெற்று பஸ்ஸில் ஏறி, மறுபடியும் திசை தடுமாறினோம். போகும் வழியில் ஒரு சிறு நகரம். அதற்கு முன்பேயே டீசல் தீர்ந்துவிடும் போலிருந்தது. அந்த நகரத்தில் புகுந்து வாங்கிக் கொள்ளலாமே என்றோம். ‘பரவாயில்லை பார்த்துக் கொள்ளலாம்’ என்றார் ஓட்டுநர். அந்த நகருக்குள் போகாமலே பெரும் சாலையில் வண்டியை விட்டார். சொல்லி வைத்தாற் போல டீசல் தீர்ந்துவிட்டது. எல்லோரும் இறங்கினோம். இருட்டி ஒரு நாழிகை ஆகிவிட்டது. திறந்த வெளி. நட்சத்திரங்கள் கையில் பிடிபட்டுவிடுவதுபோல் தொங்கிக்கொண்டு மின்னின! எதிரே கார்கள் விரைந்துகொண்டிருந்தன. ஒரு காரை நிறுத்தினோம். இரண்டு இளைஞர்கள், ஒரு டப்பாவுடன் எங்கள் பஸ் ஓட்டியையும் ஏற்றிக்கொண்டு வந்த வழியே திரும்பினர். ஏழெட்டு மைலில் உள்ள ஒரு சிற்றூருக்கு அழைத்துப் போய், ஒரு முப்பது மைலுக்காவது போதுமான எண்ணெயை வாங்கிக் கொடுத்து, திருப்பி அழைத்து வந்து, பஸ்ஸில் எண்ணெயை ஊற்றி, புறப்படுகிற வரையில் இருந்து டாட்டா காட்டிவிட்டு காரில் ஏறிச் சென்றார்கள்.

ஆஸ்திரேலியாவில் இது சகஜம். நடுவழியில் இப்படித் தவிப்பவர்களுக்கு யாரும் கை கொடுக்கத் தவறியதில்லை! அதேபோல் விருந்தோம்பலிலும் சளைத்தவர்களல்ல. கலகலவென்று பேசிப் பழகுவார்கள். பெரும்பாலோர் பிரிட்டிஷ்காரின் சந்ததிகள். ஆனால்

ஒரு பிரிட்டிஷ்காரரோடு நான்கு நாள் சேர்ந்தாற்போல ஒரு ரயில் பெட்டியில் தனியாகப் பிரயாணம் செய்தாலும், அவர் பேசமாட்டார் என்று பிரசித்தம். 'தன் காரியமுண்டு தானுண்டு' பண்பாட்டில் வளர்ந்தவர்கள். அவர்களுடைய சந்ததிகளாக இருந்தாலும் ஆஸ்திரேலியர்கள் அந்த மூதாதை மரபைக் கைவிட்டுக் கலகலப்பாக இருக்க பழகிக்கொண்டுவிட்டார்கள்!

இந்த தைரியத்தை நம்பித்தான் பஸ் ஓட்டி நேரம் பாதையெல்லாம் தவறவிட்டாரோ என்று தோன்றுகிறது.

மறுபடியும் ஒரு நான்கு மணிநேரம் பயணம்செய்து சார்லிவீல் என்ற நகருக்குப் போனோம். ஆஷ்லிங்காரரைப் போலவே, அங்கும் பசியும் பட்டினியுமாக எங்களுக்காகக் காத்துக்கொண்டிருந்தார்கள். சாப்பிட்டு முடிக்கும்போது மணி பன்னிரண்டு.

சார்லிவீலில் ஒரு குட்டி ரேடியோ நிலையம், அதைப் பார்க்கத்தான் போயிருந்தோம். நூற்றுக்கணக்கான மைல்களில் தனித்துக் கிடக்கும் வீட்டுக் குழந்தைகளுக்கு இங்கிருந்துதான் பாடம் நடக்கிறது. அந்த ஆசிரியைகள் இரண்டு மூன்று பேரைப் பார்த்தோம். மறுநாள் காலையில் வேறு ஒரு பதினைந்து குழந்தைகளுக்குப் பாடம் நடத்துவதை ஒரு அரைமணி நேரம் இருந்து கவனித்தோம். பல ஆயிரம் சதுர மைல் பரப்பிலிருந்து அந்த 'வகுப்பு'க் குழந்தைகள் அந்த ஆசிரியரோடு பேசிப் பாடம் கேட்டன. அவருடைய கேள்விகளுக்கு விடை சொல்லிக்கொண்டிருந்தன. இரண்டையும் பதிவுசெய்துகொண்டோம் ஒரு காஸட்டில்.

இந்த ரேடியோ நிலையம் இப்படிப் பாடம் கற்பிப்பதற்காக ஏற்பட்டதல்ல. மருத்துவ ரேடியோ நிலையம் அது. தனித்துக் கிடக்கிற வீடுகளில் யாராவது நோய்வாய்ப்பட்டால் உடனே இந்த நிலையத்துக்குச் செய்தி சொல்கிறார்கள். நிலையத்திற்கு அருகில் உள்ள டாக்டர் 'மைக்'கில் வந்து நோயாளியோடோ அல்லது

அவர் பக்கத்தில் உள்ள மனைவியோடோ கணவனோடோ பிள்ளையோடோ தொடர்புகொண்டு பேசுகிறார். நோயைப் பற்றி விவரங்கள் கேட்கிறார். மருந்து சொல்கிறார். அருகில் உள்ள ஊருடன் தொடர்புகொண்டு மருந்தை அனுப்பச் செய்கிறார். அவசரமாக இருந்தால், ஒரு சின்ன விமானம் தயாராக இருக்கிறது. அதை அவரோ அவருக்கு ஓட்டத் தெரியாவிட்டால் ஒரு விமானியோ ஓட்டி, நோயாளி வீட்டுக்கு வெளியே சிறிது தொலைவில் ஒரு சிறிய தளத்தில் நிறுத்தி விரைகிறார். அவரை அழைத்துப் போக வீட்டாரின் கார் வந்திருக்கும். நோயாளியை நேரில் பரிசோதனை செய்து சிகிச்சை செய்கிறார். மருத்துவமனைக்கு எடுத்துச் செல்லுகிறார். அவசரமாக இருந்தால், காரில் ஏற்றிப் பின்பு விமானத்தில் ஏற்றிக் கொண்டோ அல்லது மருத்துவ வண்டியைத் தருவித்து ஏற்றியோ கொண்டு செல்கிறார். இப்படி இந்தப் பறக்கும் டாக்டர்கள் சர்வீஸ் இயங்குகிறது. அதற்காகத்தான் இந்த ரேடியோ நிலையம். இதற்குத் தேவையில்லாத மற்ற நேரங்களில் குழந்தைகளுக்குப் பாடம் கற்பிக்கப் பயன்படுகிறது. பாடம் நடக்கும்போதே ஏதாவது நோயாளியிடமிருந்து அவசரக் கூப்பாடு வந்தால் பாடம் நின்றுவிடும். ஆசிரியர் ஒதுங்கி டாக்டருக்கு இடம் தரவேண்டும்! இப்படி ஆஸ்திரேலியாவில் எல்லா மாநிலங்களிலும் பல இடங்களில் விசேஷ ரேடியோ நிலையங்கள் இயங்கி வருகின்றன.

ஆள் பற்றாக்குறை, தொலைவு இரண்டோடும் ஆஸ்திரேலியர்கள் இவ்வாறு போராடி வருகிறார்கள். ஒரு உதாரணம்: பொதுவாக, ஹோட்டல்களில் ஒவ்வொரு அறையிலும் ஒரு சின்ன குளிர்ப்பெட்டி, ஒரு மின்சாரப் பீங்கான் ஜாடி, அதோடு, ஏழெட்டுத் தேயிலை அல்லது திடீர் காபித்தூள் பைகள், பாலுக்கு மாற்றாக வெள்ளைத் தூள் பொட்டலம் ஏழெட்டு, சர்க்கரைப் பொட்டணங்கள் ஏழெட்டு – என்று வைத்திருக்கிறார்கள். ஹோட்டல் அடுக்களையிலிருந்து காபி முதலியவற்றைத் தங்கள் அறைக்குக் கொண்டுவரப்

போதுமான ஆட்கள் இல்லை. அதனால் இந்த ஏற்பாடு. அநேகமாகச் சின்ன ஹோட்டல்களில் கூட இந்த சௌகர்யம் உண்டு.

இந்தியாவில் செம்முக்கோணம் நிரோத், பெரிசு இரண்டு, சிறிசு இரண்டு சுவரொட்டிகள் – கருச்சிதைவு – என்றெல்லாம் மக்கள் பெருக்கத்தோடு மல்லுக்கு நிற்கிறோம். குந்த இடமில்லாமல் பயிர் வயல்கள், காடுகளை வெட்டினால் மழையில்லை. காடுகளை வெட்டிக் குடிபுக முடியாது. "புக வேண்டாம். பிறக்காதீர்கள். இடம் இருக்கும்" என்று நிபுணர்கள் சொல்லுகிறார்கள். இது ஒரு பக்கம். அமெரிக்கா மீதோ ஆஸ்திரேலியா மீதோ கானடா மீதோ பறந்து போனால், மக்களே அற்ற பெருவெளிகளைப் பார்க்கலாம்.

இது இந்தியர்களுக்குச் சொந்தம், இது அமெரிக்கர்களுக்குச் சொந்தம், இது சீனர்களுக்கு, அது ஆஸ்திரேலியர்களுக்கு, அது ரஷ்யர்களுக்கு என்று உலகம் பிரிக்கப் பட்டிருக்கிறது. அந்தந்த நாட்டுக்கு எல்லைகள், உரிமைகள், வரிகள், சுங்க வரிகள், பயணம் செய்ய பாஸ்போர்ட்கள், விசாக்கள், சுங்கக் கட்டுப்பாடுகள், ஏற்றுமதி இறக்குமதி வரிகளெல்லாம் மண்டிக் கிடக்கின்றன. இவை ஏதுமில்லாமல் இந்த உலகமே மனிதன் என்ற பிராணிக்குச் சொந்தம், எங்கும் போகலாம், வரலாம், குடியேறலாம் என்று பத்து நிமிஷம் அல்லது ஒரு மணி நேரம் எண்ணம் இட்டால் என்னவென்று தோன்றுகிறது! இப்படி ஒரு காலம் வருமா? வந்தால் எப்படியிருக்கும்? சண்டையில்லாமல், பட்டினியில்லாமல் இருக்குமா? கள்ளக்கடத்தல், தேசத் துரோகம், தேசாபிமானம் முதலிய சொற்கள் அகராதியில் தங்கியிருக்குமா?

முதல் மனிதன் ஆப்பிரிக்காவில் பிளவுப் பள்ளத்தாக்கில்தான் தோன்றினானாம். கறுப்பாகத்தான் இருந்தானாம். அங்கிருந்து உலகின் பல பகுதிகளுக்குப் போனானாம். குளிர்ப் பகுதிகளில் போய்த் தங்கினவர்கள்

பல்லாயிரக்கணக்கான ஆண்டுகளுக்குப் பிறகு நிரந்தர வெள்ளையர்களாக ஆகிவிட்டார்களாம். இப்படி ஒரு மனித இயல் நிபுணர் சொல்லுகிறார். நிறச் சலுகை கொண்டாடுகிற ஆப்பிரிக்க வெள்ளையர்களுக்கு இது தெரியாதா? மணப்பெண் அல்லது மாப்பிள்ளை 'சிவப்பாக' இருக்க வேண்டும் என்று நம் ஊர் கல்யாண மார்க்கெட்டுகளில் கேட்கிற இரைச்சலுக்கு நடுவில் இந்த நிபுணரின் பேச்சு அமுங்கி விடுகிறதா?

ஜெட் விமானங்களில் மண்ணுக்கு எட்டு மைல் உயரத்தில் பறக்கும்போது அரைமணிக்கு ஒரு தேசம் அல்லது மாநிலம் என்று எல்லைகளைக் கடக்கும்போது இப்படியெல்லாம் நினைக்கத் தோன்றுகிறது. உலகத்தில், ஜீவஜந்துக்குள் 'பசி' என்று ஒன்று இல்லாமல் இருந்தால் உலகம் எப்படியிருக்கும் என்று கேட்பது போல்தானோ இந்தக் கேள்விகளும்? இந்த உலகம் வளர்வது உணவுப் பசியாலா, அறிவுப் பசியாலா?

3

சார்லிவீல் நகரை விட்டு அன்று மாலை பஸ்ஸில் வரும்போது இந்தக் கேள்விகள் வந்துகொண்டுதானிருந்தன. ரோமா என்ற ஊருக்கு வந்தோம். இந்த ஊரில் மண்ணெண்ணெய், பெட்ரோல் எல்லாம் கிடைக்கும் என்று ஏதோ கொஞ்சம் எண்ணெய் பீச்சுவதைப் பார்த்து ஆயிரக் கணக்கான மக்கள் குடியேறினார்களாம். கடைசியில் எண்ணெய் பொய்த்துவிடவே வேறு என்னென்னமோ தொழில் செய்யத் தொடங்கினார்களாம். அங்கு ஒரு மோட்டலில் தங்கிவிட்டு மறுநாள் காலையில் புறப்பட்டோம்.

சின்ன ஊரோ பெரிய ஊரோ எந்த ஊரைக் கடந்தாலும் வீடுகள் அழகு கொஞ்சுகின்றன. காட்டுக்கும் மரத்துக்கும் பஞ்சமில்லாத கண்டம். வீடுகளெல்லாம் முக்காலேவீசம் மரத்தாலேயே கட்டிவிடு கிறார்கள். மொட்டை மாடிகளே இல்லை. எல்லா வீடுகளுக்கும் மங்களூர் ஓடு போட்ட கூரைகள். ஒரு மாடிக்கு மேல் உள்ள வீடுகளையே காண்பது அரிது. அந்த மாடிக்கு மேல் மங்களூர் ஓட்டுக்கூரை. வரிசையாக அந்த வீடுகளைச் சிறுசிறு தோட்டங்களுக்கிடையே பார்க்கையில், மங்களூர் ஓட்டின் அழகு அப்போதுதான் தெரிந்தது. இப்போது மங்களூர் ஓடு பிறக்கிற

நம் நாட்டில் இந்த மாதிரி வீடுகளையே காண்பது அரிதாகி விட்டது. வீட்டு வசதி வாரியங்கள் அழகில்லாத வீடுகளைக் கட்டுவதில் ரிக்கார்டு ஏற்படுத்தி வருகின்றன. பல்லாயிரம் பல்லாயிரமாய்ப் பணத்தை வாங்கிக்கொண்டு. நாலு அலமாரி கூட இல்லாத வெறும் சுவர்களை எழுப்பி, ஏண்டா இதில் மாட்டிக் கொண்டோம் என்று வாங்கியவன் அழாத குறையாக குடியிருப்புகள் கட்டப்படுகின்றன. சற்று உயரமாக இருப்பவர்கள் மூலைக்கும் மூலைக்கு மாகப் பாயைப் போட்டால்தான் காலை நீட்டிப் படுக்கும் அளவுக்கு அறை அளவுகள் இருக்கின்றன. ஒரு வீட்டமைப்பில் இந்த மாதிரி அளவில் கீழே இரண்டு அறைகள், மாடியில் இரண்டு அறைகள், சமையலறை கீழே. குளிக்கிற அறை மாடியில். சமைக்கிற இல்லக்கிழத்தி மாடியில் குளித்துவிட்டுக் கீழே வந்து சமைக்க வேண்டும். இந்தியாவில் எந்த ஜாதியாரும் மதத்தாரும் இப்படி மாடியில் குளித்துவிட்டு, கீழே வந்து சமைக்கிற பழக்கமுள்ளவர்களாகத் தெரியவில்லையே என்று ஒரு எக்சிக்யூட்டிவ் இன்ஜினீயரைக் கேட்டேன். அந்த வீடுகளை அவர் டிசைன் பண்ணவில்லையாம். சர்க்கார் கொடுத்த 'டிசைனை' அவர் நிறைவேற்றி வருகிறாராம். அவர் அரசினர்க்கு இந்தக் குறையை எடுத்துச் சொல்லலாம். அவருக்குப் பயம். அவர் படித்துப் பட்டம் வாங்கும்போது 'நிறைவேற்றத்'தான் சொல்லிக்கொடுத்திருக்கிறார்கள் என்று தெரிந்தது. அட வீடுதான் கெட்டியாக இல்லை. வசதியாக இல்லை, பார்க்கவாவது அழகாக ஒரு டிசைன் செய்யக் கூடாதா ? வீட்டு, நகர நிர்மாணக் கலையினர் இந்த நாட்டிலோ வேறு நாட்டிலோ யாரோ செய்ததைக் காப்பி அடிக்கிறார்களோ என்றுதான் தோன்றுகிறது. பிஸ்கட்போல அமைப்புகளும் பிஸ்கட்போல கொரகொரச் சுவர்களும் கொண்ட வாரிய வீடுகள் வாழ்க. வீட்டமைப்பு நிபுணர்கள் வாழ்க. வீடு கட்டும் காண்ட்ராக்டர்கள் வாழ்க. அவர்களுக்குக் கைகொடுக்கும் அரசியல்வாதிகள் வாழ்க. வீடுகட்டும் வாரியங்களும், (பாரதமெங்கும்) மாநில அரசுகளும் வாழ்க, வாழ்க..!

தி. ஜானகிராமன்

மங்களூர் ஓடுகளுக்கு இப்போது வெல்லக்கட்டிகளை விட அதிக விலை. அதனால் ஆஸ்திரேலிய வீடுகளைப் பார்த்து ஏங்குவதோடு மட்டும் நிறுத்திக்கொண்டு, பயணத்தைத் தொடர்ந்தோம்.

நாங்கள் போனது அக்டோபர் – நவம்பர் மாதம். நவம்பர் டிசம்பர் எல்லாம் அங்கு கோடை. பூமத்தியரேகைக் கோட்டுக்குத் தெற்கே உள்ள கண்டம் ஆஸ்திரேலியா. நமக்குக் கோடை. அங்கு குளிர்காலம். நமக்குக் குளிர், அங்கு கோடை. வறட்டு வெயிலாக நாக்கை உலர்த்திற்று. ஆனால் டூவும்பா நகரம் சிறிது கொடைக்கானலைப்போல் குளிர்ந்திருந்தது. நகரம் முழுவதும் ஜகராண்டா மரங்கள் – சாலை ஓரம். வீடுகள் எங்கும் ஜகராண்டாப் பூ நீலநிறம். உருவம் மஞ்சள் அரளிபோல் கூம்பு வடிவம். இலைகள் விழுந்தோ விழாமலோ மரம் முழுவதும் ஒரே மலர்கள். எட்ட நின்று பார்த்தால் நீலக் கனவுபோல பரந்த நீலக் குல்லாயாகத் தெரியும்! டில்லியில் ஓரிரண்டு மரங்களை ஆங்காங்கு பார்க்கலாம். உதயப்பூரில் ஓரிரண்டு பார்த்த ஞாபகம். ஆஸ்திரேலியா நகரங்களில் கண்பட்ட இடமெல்லாம் இந்த மரங்கள். டூவும்பா நகரம் பெரிய ஜகராண்டா மலர்க் காட்சி போல கவர்ந்தது. வழியில் ஒரு இடத்தில் ஒரு குழந்தைகள் கூட்டம். இரைச்சல். வண்டியை நிறுத்தி இறங்கினோம். அது ஒரு பள்ளிக்கூடம். அன்று செடிநடு விழாவாம். சின்னச் சின்னதாக செடிநட்டுக் கொண்டிருந்தார்கள் குழந்தைகள். ஒரு பையன் ஒரு கோலாக் கரடியைக் கையில் அணைத்து வைத்தவாறு நின்று கொண்டிருந்தான். மேலே ஒரு மரக் கிளையைக் காட்டி னான். ஒரு கோலாக்கரடி கிளை பிரிகிற பிரிவில் அமர்ந்து உறங்கிக்கொண்டிருந்தது. கோலாக் கரடி பரம சாது. குரங்கை விடச் சிறிய வடிவம். பகல் முழுவதும் தூங்குமாம். இரவு இறங்கி வந்து கீழே சிறிய செடிக்கொழுந்துகளை மட்டும் தின்றுவிட்டுத் திரும்பி ஏறிவிடுமாம். யூகலிப்ட்டஸ் கொழுந்துகள் அதற்கு மிகப் பிடித்த உணவாம். அந்தப் பையன் சொன்னான். ‘அந்தப் பிராணியைச்

சுடக்கூடாது. கொல்லக் கூடாது' என்று அரசாங்கம் சட்டம் போட்டுக் காத்து வருகிறது. அதைச் சுடுவதோ பிடிப்பதோ கஷ்டமில்லை. அதன் தோல் மிக மிருது. அதற்காக அதைக் கொண்டு தீர்த்துக்கொண்டிருந்தார்கள். இப்போது காப்பாற்றப்பட்டு வருகிறது. பிரிஸ்பேனிலும் சிட்னியிலும் பஞ்சு, கயிறுகள் அடைத்த கோலாக் கரடிகளைக் கடைகளில் வாங்கலாம். அப்படியே அச்சாகச் செய்திருக்கிறார்கள். ஆனால் மேலே ரோமமோ தோலோ கோலாவுடையதல்ல. கங்காருவின் தோலால் கோலாக்கரடி போல் செய்து விற்கிறார்கள். கோலாக்கரடி தோலை நம்மால் விலைகொடுத்து வாங்க முடியாது. கிடைக்காது. கிடைத்தாலும் நமக்குக் கட்டாது!

பிரயாணக் கதை என்றால் சாம்பார், கறி, தயிர்சாதம் பற்றி எழுதாமல் முடியுமா என்று நமக்குச் சந்தேகம் வந்திருக்கிறது. நானே இந்தச் சாப்பாடுகளைப் பற்றி எழுதியிருக்கிறேன். இந்தியாவில் பெரும்பாலோர் சாக பட்சிணிகள். மாமிசப் பட்சிணிகளாக இருப்பவர்களுக்குக் கூட தாசில்பண்ண ஆசை; காசில்லை. சாகபட்சிணிகள் வெளிநாடுகளுக்குப் போனால் படும் அரைப் பட்டினி உபவாசங்கள் பற்றி எழுதாமல் இருக்கமாட்டார்கள். படிக்கிறவர்கள் பொறுத்துக்கொள்ளத்தான் வேண்டும். பிரம்மசாரிகளுக்குப் புரியும் பசி. ஞாயிற்றுக்கிழமைகளில் பாதி ஹோட்டல்கள் மூடியிருக்கும்போது அவர்கள் படும் சந்தோஷத்தை அவர்கள் முகத்திலும் காலிலும் பார்க்கவேண்டும்.

ஆஸ்திரேலியா கிட்டத்தட்ட அமெரிக்கா மாதிரி. சைவர்கள் தயங்க வேண்டியதில்லை. பாலும் தயிரும் வெண்ணெயும் மண்டிக்கிடக்கிற கண்டம். எப்படி யாவது முகம் சிணுங்காமல், ஓக்காளிக்காமல் வயிற்றை நிரப்பிவிடலாம்.

சாகபட்சிணிகள் கோழி, மீன்களைப் பார்த்துப் பயப்படுகிறார்களே தவிர, அவற்றின் அண்ணாக்களான

தி. ஜானகிராமன்

பிராந்தி, விஸ்கி, ரம், ஒயின்களைக் கண்டு பயப்படுவதில்லை. பெரும்பாலோரைப் பற்றிச் சொல்கிறேன். அதுவும் பிடிக்காத சிறுபான்மையோர் சண்டைக்கு வர வேண்டாம். மதுபானங்களை தாவரத்திலிருந்துதான் செய்ய முடியும். கருப்பஞ்சாறு, திராட்சை, பார்லி, பழங்கள் – இவைதான் மதுவுக்குத் தாய்ச்சரக்கு. அதனால்தான் ஆசாரமான சாகபட்சிணிகள்கூட இந்த சீசாக்களைக் கண்டு மிரள்வதில்லை. பயத்தாலோ, செலவாலோ, கிடைக்காததாலோ அவைகளைப் பற்றி நினைக்காதவர்கள்கூட வெளிநாடுகளில் ஒருகை பார்த்துவிடுவது கண்கூடு. சில சமயங்களில் காஞ்சமாடு கம்பில் விழுகிற மணியமாகவும் ஆவதுண்டு. நாளைக்கோ, ஊருக்குப் போனாலோ இதெல்லாம் ஏது என்று செயல்படுபவர்கள் உண்டு.

ஆஸ்திரேலியாவில் சாகபட்சிணிகளுக்கு இந்தப் பொழுதுபோக்குக்கும் பஞ்சம் இல்லை.

நானும் ஒரு சிநேகிதரும் ஏதோ மகாநாட்டுக்காகப் போயிருந்தோம். சிட்னி நகரத்தில் 'கிங்ஸ் க்ராஸ்' என்ற தெருவில் ஒரு நல்ல ஹோட்டலில் எங்களுக்கு அறை. அந்தத் தெருவுக்கு *'Dirty Half Mile'* என்று ஒரு பட்டம் படித்தவர்கள் சிலருக்கு டாக்டர், ப்ரொபசர், மகோபாத்யாய, சகலகலா வல்லவ என்றெல்லாம் இருப்பதுபோல், டர்ட்டி ஹாஃப் மைல் என்றால் என்ன அர்த்தம்? அழுக்கு அரை மைல் அலங்கோல அரை மைல். ஆடம்பர அரை மைல். என்றெல்லாம் அர்த்தம் பண்ணலாம். அழகு அரை மைல், அபிமான அரை மைல், சிங்கார அரை மைல் என்று நினைப்பவர்களும் உண்டு. அவரவர்கள் ஆசையைப் பொறுத்தது. ஹோட்டலிலிருந்து இறங்கித் தெருவில் நடந்தால் அழகான கடைகளைப் பார்க்கலாம். அடல்ட் திரைப்படக் கொட்டகைகளை ஒரு டஜன் பார்க்கலாம். நடைபாதையில் கடையோரமாக நடந்துபோகும்போது 'இருபது டாலர், இருபது டாலர்' என்ற சன்னமாகக் குரல்கள் கேட்கும். எங்கிருந்து

வருகிறதோ என்ற ஒரு பிரமை ஒரு நாலு விநாடி. கடைகளில் சாமான்களுக்கு விலை சொல்கிறார்களோ என்னமோ, ஆனால் கடையில்லாத இடத்தில் ஒரு வாசல்படியில் கேட்டால், கடை பூட்டியிருக்கிற இடத்தில், ஒரு மாடிப்படி அடியில் கேட்டால் சற்று நின்று கேட்கத்தான் தோன்றும். குரல் எழுந்த இடம் ஒரு பெண்மணியின் முகம். இப்படிப் பல வாசல்களில் பல பெண் முகங்கள், தங்களையே கடைகளாக விரித்த பெண்களின் முகங்கள்.

'அடல்ட் மூவிகள்' என்று வர்ண விளக்கும் கண் சிமிட்டும் வாசல்களில் சிறு சிறு கும்பல்கள் நிற்கும். தைரிய மாகப் போகிறவர்கள், தயங்கித் தயங்கிப் போகிறவர்கள், முதன் முதலாய்ப் போகிறவர்கள் என்று பலரகங்கள் இந்தக் கும்பல்களில் உண்டு. வெள்ளையர், கறுப்பர், பழுப்பர், மஞ்சளர் என்று பல இனங்கள். மூப்பு, நடுவயது, இளவட்டம் என்று எல்லா வயதுகளும் உண்டு. இதில் முக்காலே மூணு வீசம் வெளிநாட்டார்களாகத்தான் இருக்கும். அடல்ட் திரைப்படமென்றால் நம் நாட்டில் 'ஏ' கீரிடம் சூட்டப்படும் படங்களைப் போன்றவை அல்ல. கதைகள், கதைச் சிக்கல்கள், காதல்களின் நெளிவு சுளுவு நுணுக்கங்கள், தியாகங்கள் உள்ள படங்கள் அல்ல. ஐந்தாவது கண் பார்க்காத கதவுகள் மூடின தனி அறையில் ஒரு ஆணும் பெண்ணும் செய்யும் காரியங்களை மட்டும் காட்டும் படங்கள்! ஆரம்பம், நடு, முடிவு இதெல்லாம் இல்லாத அனாதி அனந்த பச்சைச் சித்திரங்கள். ஆங்கிலத்தில் சொன்னால் ப்ளு மூவிஸ்! ஒரு ஏழெட்டு அல்லது பத்துப் பதினைந்து ஐந்து நிமிடப் படங்கள் திருப்பித்திருப்பி ஓடிக்கொண்டேயிருக்கும். இரவு முழுவதும் அலுக்காமல் பார்க்கிறவர்களும் உண்டு. அரைமணி யில் 'ஹ்ம்' என்று மூக்கு சுருங்கி வெளியேறுபவர்களும் உண்டு. நடு வயதுகளே அதிகம்.

மகாநாட்டுக்கு வெளிநாடுகளிலிருந்து வந்திருந்த கண்யமான, பெரும்பதவி வகிப்பவர்களும் இந்த அரங்குகளுக்குள் புகுந்து புகுந்து வெளியேறுவதைப்

பார்க்கலாம். இவர்கள் கூடவா என்று யாரும் அதாவது ஆஸ்திரேலியாவில் அதிர்ச்சியோ வியப்போ அடைய வில்லை.

ஹென்ரிமில்லர் என்று ஒரு ஆங்கில நாவலாசிரியர் பற்றிக் கேட்டிருப்பீர்கள். இந்த வருஷம் சில மாதங்களுக்கு முன் அவர் செத்துப் போனார். அவர் எழுதிய கடகரேகை (ட்ராப்பிக் ஆஃப் கான்ஸர்) மகரரேகை (ட்ராப்பிக் ஆஃப் காப்ரிகாண்). ப்ளாக் ஸ்ப்ரிங், ஸெக்ஸஸ் ஆகிய நாவல்களைப் பலர் ரகசியமாகவோ பகிரங்கமாகவோ படித்திருக்கலாம். ஆண் பெண் உறவைப் பச்சை பச்சையாக, சூசனை, தொனி இந்தப் போர்வைகளையெல்லாம் உதறியெறிந்து விட்டு எழுதினார் அவர். சாக்கடை, சகதி என்று அந்த நூல்களைத் தூற்றினார்கள். தடை செய்தார்கள் குற்றச்சாட்டுகள் – கோர்ட் கேஸ்கள் – அவர் மீது – அவர் எழுதியதை விற்ற விற்பனையாளர்கள் மீது. சிறைவாசம் – சமூகப்ரஷ்ட நிலை எல்லாம்தான்.

4

மில்லர் ஏன் இதையெல்லாம் எழுதினார்? ஏன் இப்படி வதைபட்டார்? ரீஜம்ஸ் காம்ப்பெல் என்பவர் அண்மையில் அவருக்கு ஒரு பாராட்டு எழுதியிருக்கிறார். சமுதாய மதிப்பீடுகள், பிரமாணங்கள், ஏற்பாடுகள் – இவைகளிலிருந்து விடுபட்டு பூர்ண சுதந்திரத்துடன் வாழ விரும்பினார் மில்லர். மகாத்மா காந்திக்குத் தர்ம ஆவேசம் தந்த தோரோ, எமர்சன் – இவர்களைப் போல மில்லரும் சமூகத்தி லிருந்து நழுவியவர்தான். ஆனால் அவர் களைப் போல சமூகத்திலிருந்து ஒதுங்காமல், சமூகத்தின் சகதியிலும் சாக்கடையிலும் புரண்டவர் மில்லர். பாலுறவைப் பற்றி அலுக்காமல் சளைக்காமல் எழுதினார் அவர். யாரும் எழுதத் துணியாததையெல்லாம் அந்த எல்லையற்ற பிராந்தியத்தைப் பற்றி இண்டு இடுக்குவிடாமல் எழுதினார். உலகில் பிறந்த ஒவ்வொரு மனிதனும் மனதளவில், ரகசியமாக வாழும் வாழ விரும்பும் இண்டு இடுக்குகள் இவை! இதுதான் வாழ்வின் அதிசயமாக, முரண்பாடாகத் திகழ்ந்து இந்த மர்மங்கள் மூடியே கிடக்கட்டும் என்று உலகமெல்லாம் விரும்பியபோது, அவற்றைக் கொண்டாடத் துணிந்தார் மில்லர். மூடி வைக்கப்பட்டிருப்பதே அவற்றின் மதிப்புக்கு

ஒரு அத்தாட்சி! இப்படியாக காம்ப்பெல் ஹென்ரி மில்லருக்குப் பல்லாண்டு பாடியிருக்கிறார்.

மில்லர் கொண்டாடிய மர்மங்களை கிங்ஸ்க்ராஸ் போன்ற அலங்கோல அரை மைல் வீதிகளில் பார்க்கலாம். தெரிந்தவர்கள் பாராதபோது, அயல் நாடுகளுக்கு விஜயம் செய்கிற மனிதர்கள் எப்படி மனதைத் திறக்கிறார்கள், கதவுகளை மூடிக்கொள்கிறார்கள், முக்காடுகளை உதறி எறிகிறார்கள் என்று நமக்குப் புலனாக்குகிற வீதிகள் இவை. இந்த வீதிகள் எல்லா நாடுகளிலும் உண்டு. இந்தியாவிலும் உண்டு. பழங்காலங்களிலும் இருந்ததுண்டு. இப்பொழுதும் உண்டு.

இந்த நிலையில் கதவுகளைப் பாராட்டுவதா? மனங்களைப் பாராட்டுவதா? முக்காடுகள் விலகுவதைப் பாராட்டுவதா?

இப்படி மண்டையை உடைத்துக்கொள்ளும்போதே, 'ஹரே ராம ஹரே ராம ராம ராம ஹரே ஹரே' என்று பெருங்குரல்களும் 'டோல்' ஓசையும் ஜாலரா ஓசைகளும் இதே கிங்ஸ் க்ராஸில் கேட்கின்றன. ஹோட்டலின் எட்டாவது மாடி ஜன்னலிலிருந்து எட்டிப் பார்க்கும்போது, பஞ்சக்கச்சமும் உச்சிக்குடுமியும் துளசி மாலையுமாக அமெரிக்க அல்லது ஆஸ்திரேலிய கிருஷ்ணபக்தர்கள் பக்திப் பரவசமாக ஆடிப்பாடிக் கூத்தாடிக்கொண்டு நகர்கிறார்கள். அலங்கோல அரை மைல் கூட்டம் கூட்டமாக அதையும் பார்த்துக்கொண்டு நிற்கிறது.

நானும் எழுந்து பார்க்க ஓடினேன்.

பேச்சுக்கு வந்திருந்த பக்கத்து அறைப் பழூப்பர், "அட அட, ஐயாவுக்கு என்ன பக்தி! என்ன பக்தி! ஓய் ரசங் கொல்லி! நேத்து ராத்திரியெல்லாம் கூப்பிட்டேன், மன்றாடினேன் – சும்மா வாய்யா வேடிக்கையாவது பார்த்துட்டு வரலாம்னேன். வயசாச்சு வயசாச்சு நீ போய்க்கன்னு சண்டியா முனங்கினீரு. இப்ப உம்ம

வயசைப் பார்த்திட்டு உம்மைப் பெருமாள்கிட்ட கூட்டிக்கிட்டுப் போயிடுவாங்களாக்கும் இவங்க. நல்ல ரசம் கொல்லியா வந்து சேர்ந்தீருமையா" என்று அடுத்த கிண்ணத்தை நிரப்பிக்கொண்டே வேதனைப்பட்டார். நேற்று இரவு, அவருக்குத் தனியாகப் போக பயம் – கூச்சம்.

யாருக்கு இந்த உலகம்? ரசிகர்களுக்கா, ரசங்கொல்லி களுக்கா?

நாங்கள் தங்கியிருந்தது க்ரெஸ்ட் ஹோட்டல். சிட்னி நகரத்தில் டர்ட்டி ஹாஃப் மைல் என்று செல்லப் பெயர் பூண்ட கிங்ஸ் க்ராஸ் தெரு முனையில் உள்ள ஹோட்டல். கூட வந்திருந்த நண்பருக்கு அடுத்த அறை. புகுந்த நேரம் ஞாயிற்றுக்கிழமை இரவு பதினோரு மணி. நண்பர் பொறுமையோடு தூங்கிவிட்டார். மறுநாள் கிழக்கு வெளுக்க வெளுக்க ஃபோனைக் கையில் எடுத்து விட்டார். நாலைந்து விலாசங்களை ஊரிலிருந்து கொண்டு வந்திருந்தார். அத்தனை பேரும் கிடைக்கிற வரையில் அவர் விடுகிற வழியாயில்லை. அத்தனை பேரும் முகம் தெரியாதவர்கள். முன்பின் பார்த்திராதவர்கள். நண்பர் விடாக்கண்டன். தன்னுடைய பெயர், வம்சம், உத்யோகம், வந்த காரியம், எந்தப் பெரியவர்களுக்கு உறவு என்று ஒரு பீடிகை போடுவார்.

"நான் வந்து உங்களைப் பார்க்க வேண்டும். எப்படி உங்கள் வீட்டுக்கு வருகிறது என்று சொல்லுங்கள். வந்து பார்த்துவிடுகிறேன். குட்டி கிருஷ்ணன் என்னைத் தூக்கில் போட்டுவிடுவார் – உங்களைப் பார்க்காமல் போனால், எனக்கு மட்டும் என்ன? எட்டாயிரம் மைல், பத்தாயிரம் மைல் என்று ஆஸ்திரேலியாவுக்கு வந்து ஒரு நம்மூர் முகத்தைப் பார்க்காமல் எப்படிப் போவேன்? எப்போது வீட்டில் இருப்பீர்கள் – சொல்லுங்கள் நான் வந்து பார்க்கிறேன். நான் இங்கே கங்காருவையும் கோலா கரடியையுமா பார்க்க வந்திருக்கிறேன்...!"

தி. ஜானகிராமன்

இப்படிப் பேசிக்கொண்டேயிருப்பார். மூன்றாம் நாள் காலைக்குள் அத்தனைபேரையும் பிடித்துவிட்டார்.

பலன்?

"அவரே வந்து அழச்சிட்டுப் போறேங்கறார் – இந்த சனிக்கிழமை. நீரும் வாரும். ரெடியாயிடும். சனிக்கிழமை காலையிலே எட்டுமணிக்கு வர்றாராம்."

"நான் என்னத்துக்கு? உமக்குத்தான் நண்பர் அவர்."

"அட வாரும்பா."

"நீரே புதுசு. அறிமுகக் கடுதாசோடு வந்திருக்கீரு."

"அட இந்த சங்கோசம் எல்லாம் பட்டீர்னா காரியம் நடக்காது. பிழைக்க முடியாது. வந்து அழச்சிட்டுப் போறேங்கறவருக்கு வசதியில்லாமலா இருக்கும்? இல்லெ ஒரு ஆளு கூட வந்திட்டா முழுகிப் போயிடுவாரா? வாருங்கறேன்."

கட்டிக் கட்டி விழுந்தார். சரி சொல்வதைத் தவிர வேறு வழியில்லை.

"சனி ஞாயிறு – ரெண்டு நாளும் லீவு இங்கெல்லாம். நம்ம ஊர் மாதிரி இல்லெ. முகம் தெரியாத ஊர்ல ரெண்டு நாளை எப்படி ஓட்றது? இந்த டர்ட்டி ஹாஃப் மைலைச் சுத்திச் சுத்தி வர வேண்டியதுதான். நீரோ ரசங்கொல்லி!"

இப்படி வாரா வாரம் வந்தவர்கள் நான்கு பேர். ஒருவர் ஆங்கிலோ – இந்தியர், டாக்டர், வடபழனியில் டாக்டர் தொழில் செய்துகொண்டிருந்தாராம். தமிழ் பேசினால் புரிந்துகொள்வார். 'வாங்க, போங்க, என்ன சேதி, சாப்பிட்டீங்களா? போகலாமா. வணக்கம்' என்றெல்லாம் தமிழ் பேசுவார். அவர் மனைவி குடகு நாட்டைச் சேர்ந்தவர். டாக்டரைப் போல அவர் பேசுகிற மழலை மலையாள மழலை. என் நண்பர் மலையாளி. டாக்டருக்கு

வீடு பாரமட்டாவில். பாரமட்டா சிட்னியிலிருந்து ஒரு மணி கார் பயணம்.

பாரமட்டா – நம்மூர் பெயர் மாதிரி இருக்கிறது ஆஸ்திரேலியாவில் இப்படி நூற்றுக்கணக்கான பெயர்கள் தமிழ்போல, தெலுங்குபோல, இந்த்ருபள்ளி மோயாறு – இப்படிப் பல பெயர்கள். பெரிய ஆஸ்திரேலிய வரைபடத்தைப் பார்த்தால் இப்படி பல பெயர்களைப் பார்க்கலாம். பல்லாயிரக்கணக்கான ஆண்டுகளுக்கு முன்னால் இந்தியாவின் தென் பகுதி, இலங்கை, தென் ஆப்ரிக்கா எல்லாம் ஒரே நிலப்பரப்பாக இருந்ததாம். கடல் புகுந்து இவை தனித்தனியாகப் பிரிந்துவிட்டதாக ஒரு புவியியல் வரலாறு. ஆஸ்திரேலியாவின் பழங்குடி மக்களைப் பார்த்தால், தென்னாட்டுக் காடுகளில் வாழும் பழங்குடிகளைப் போலிருக்கிறது – முக அமைப்பு, நிறம் எல்லாம்.

டாக்டர் எங்களை நீல மலைகளுக்கு அழைத்துப் போனார். ஆப்ரிக்க சிங்கங்களை யதேச்சையாக – அதாவது வேலி கட்டின செயற்கை வனத்தில் உலவவிட்ட ஸஃபாரிக்கு அழைத்துப் போனார். மூன்று நான்கு முறை வந்து அழைத்து அழைத்துப் போனார். திருப்பி ஹோட்டலில் கொண்டுவிட்டு, ஒரு மணிநேரம் பயணம் செய்து வீட்டுக்குப் போவார். தன் வீட்டில் சாப்பாடு பண்ணிவைத்தார். சிட்னி துறைமுகத்தருகே உள்ளே இந்திய ஹோட்டலுக்கு அழைத்துப் போய்ப் பிரிவுபசார விருந்தளித்தார்.

திடீர் திடீர் என்று திரும்பிப் பார்ப்பார், "ஆல்ரைட்" என்பார்.

"என்ன?"

"பெல்ட் போட்டுக்கொண்டிருக்கிறீர்களோ?" என்று பார்த்தேன்.

தி. ஜானகிராமன்

ஆஸ்திரேலியாவில் கார் சவாரி செய்பவர்களுக்கு (ஜெர்மனியிலும்தான்) காரிலேயே பெல்ட்டுகள் தைக்கப் பட்டிருக்கும். காரில் உட்கார்ந்ததும் உட்காராததுமாக அதை மார்பின் குறுக்கே போட்டுக்கொண்டுவிட வேண்டும். இல்லாவிட்டால் இருநூறு டாலரோ என்னவோ (இரண்டாயிரம் ரூபாய்) அபராதமாம். கார் விபத்துக்குள்ளானாலும் மண்டை முகமெல்லாம் சிதறாமலிருக்க இந்த பெல்ட்.

திடீரென்று, காரை நிறுத்துவார் டாக்டர்.

"மறந்துபோய்விட்டீர்கள்" என்று பெல்ட்டை மாட்டி விடுவார்.

வயிற்று வலி, போக்குக்கும் அவர்தான் மருந்து கொடுத்தார் எனக்கு.

"ஆஸ்திரேலியா பாலை ஒரு அளவோடு சாப்பிடுங்கள். இந்தப் பாலுக்குக் கொழுப்புச் சத்து எல்லாம் அதிகம். நம்மால் ஜரிக்க முடியாது. இது மெட்ராஸ் பால் இல்லை" என்று மாத்திரை கொடுத்தார்.

பால் மட்டும் இல்லை, எல்லாமே ஒரு படிகூடத்தான். சராசரி ஆஸ்திரேலியன் உண்கிற போஷாக்கின் அளவில் பாதிகூட நாம் சாப்பிட முடியாது என்கிறார்கள். இருநூறு வருஷங்களுக்கு முன்னால் ஆடு, மாடு என்று பெயர்கூட கேட்டிராத கண்டம் ஆஸ்திரேலியா. ஆட்டையும் மாட்டையும் பிரிட்டிஷ்காரர்கள்தான் அங்கு கொண்டு போனார்கள். கொழுக்கக் கொழுக்க வளர்த்தார்கள்! இன்று உலக நாடுகளுக்குப் பால் பொருள்கள், மாட்டிறைச்சி, முதல்தர ஆட்டு ரோமம், கம்பளி எல்லாம் ஏற்றுமதி செய்கிறது ஆஸ்திரேலியா. மாட்டை எப்படி வளர்ப்பது, ஆட்டை எப்படி வளர்ப்பது, உழக்குக்குப் பதிலாக பக்கெட்டளவில் எப்படிப் பால் கறக்கிறது என்று வேத காலத்திலிருந்து மாடுகளைப் போற்றி மாட்டுப் பொங்கல் கொண்டாடும் நம் நாட்டுக்குப்

பாடம் சொல்லிக் கொடுக்கிறார்கள் ஆஸ்திரேலியர்களும் நியூசிலாந்தியர்களும். பல ஆண்டுகளுக்கு முன்னால் கொடைக்கானலில் குற்றுயிரும் கொலையுயிருமாக ஒரு மாட்டு மந்தையை யாரோ ஒரு ஆள் ஓட்டிக்கொண் டிருந்தான். அவனிடம் விசாரித்ததில் அத்தனையும் கசாப்புக் கடைக்குப் போய்க்கொண்டிருந்தனவாம். மூப்பு மட்டுமில்லை. அத்தனையும் நோயாளி மாடுகள். நம் நாட்டில் மாட்டிறைச்சி உண்பவர்களை நினைத்துக் கொஞ்சம் பெரு மூச்சு விடத்தான் வேண்டியிருக்கிறது. இந்தப் பசுக்களின் வதையைத் தடுக்கத்தான் உண்ணா விரதம் நடக்கிறது. இந்த மாடுகளின் இறைச்சியை உண்பவர்களைக் கண்டு கோபம் வேறு!

உபநிஷத் காலங்களிலிருந்து நாம் கால்நடைகளை இப்படிக் காப்பாற்றி வருகிறோம். கட உபநிஷத்தில், தீனி எடுக்காமல் நீர் அருந்தாமல் சாகக் கிடக்கிற நிலையில் உள்ள பசுக்களைத் தானம் செய்கிற தன் தந்தையைப் பார்த்துப் பழிப்பது போல நசிகேதன் "என்னை யாருக்குத் தானம் செய்யப் போகிறீர்களோ?" என்று கேட்டான் சின்ன பையன்.

தி. ஜானகிராமன்

5

வடபழனி டாக்டர் எங்களை சிட்னியின் பெயர்பெற்ற தொங்கு பாலத்திற்கருகில் உள்ள லூனாவுக்கும் அழைத்துப் போனார், அது குழந்தைகளுக்காகவே கட்டப்பட்ட வேடிக்கைக் கூடம். மின்சார ராட்டைகள், தொட்டில்கள், கால்வழுக்கிகள். கைவழுக்கிகள், உடம்பை உருட்டும் ராட்டைகள், கண்மயக்கிகள் – எத்தனை கோணலாக, கோணங்கித்தனமாகக் குழந்தைகள் விளையாட முடியுமோ, அத்தனையும் வைத்திருக்கிறார்கள். ஒரு குழந்தைக்கு இரண்டு பெரியவர்கள் வீதம்தான் இந்த விளையாட்டுக் கூடங்கள் நிறைந்திருக்கிற வழக்கம் – உலகமெங்கும் குழந்தைகள் ஒரு சாக்கு – நமக்குள்ளிருக்கும் குழந்தைக்கு. எங்களிடம் குழந்தைகள் இல்லை. டாக்டரின் பதினெட்டு வயதுப் பெண் வந்திருந்தாள். அவளைக் குழந்தையாக வைத்துக்கொண்டு, ஒரு ராட்டை ஒரு கோணங்கி விடாமல் புகுந்து விளையாடினோம். இத்தனை விளையாட்டுகளும் காட்டி, சாப்பாடு பண்ணிவைத்து (ஆஸ்திரேலியாவில் போஷாக்குடன்) ஹோட்டலில் கொண்டுவிட்டுப் போனார் டாக்டர். இந்த ஹோட்டலில் சாப்பிடுவதைப் பார்க்காமல் இருக்க முடியவில்லை. உலகத்தில் இப்படிப் பல வெள்ளை நாடுகள் – முன்னேறிய நாடுகள் சாப்பிடுவதையும், சாப்பிடாத மிச்சங்களை மனம்போனபடிக்

குப்பையில் கொட்டுவதையும் கண்டு முன்னேறாத நாடுகள் குமுறிக்கொண்டிருக்கின்றன.

இந்த நாடுகளின் செல்ல நாய்களும் கால்நடைகளும் உண்கின்ற சத்தில் கால் பங்கும், அந்த மனிதர்கள் சாப்பிடாமல் எறிகிறவற்றையும் முன்னேறாத நாடுகளின் பசியையும் அரைப்பட்டினியையும் ஒரே கண்ணால் பார்த்தால் விடிவு காலம் வருமே என்று வெள்ளைப் பொருளாதார நிபுணர்கள் கூட குற்றக் குறுகுறுப்போடு புலம்புகிறார்கள்.

டாக்டர் அழைத்துப்போகாத நாட்களில் மலையாளத்திலிருந்து குடியேறியிருக்கும் நாயரும் மோகன்தாசும் வெவ்வேறு நாட்களில் எங்களை அழைத்துப் போனார்கள். நாயர் ஒரு காளான் நிபுணர். இந்த மாதிரி ஒரு பிரத்யேகத் துறையில் நிபுணர்களாக இருந்தால் சில இந்தியர்கள்கூட குடிமகனாக அனுமதி உண்டாம். நாயர் ஒரு பல்கலைக்கழகத்தில் ஆராய்ச்சி செய்கிறார். அவர் மனைவி ஆஸ்திரேலியப் பெண். சாப்பாடெல்லாம் அவர்களே தயார்செய்துகொண்டு வந்துவிட்டார்கள். சிட்னிக்குச் சில மைல் தூரத்தில் உள்ள அணைக்கட்டைக் காண்பிக்க அழைத்துச் சென்றார். அவர் மோகன்தாஸ் ஒரு என்ஜினியர். பிஜித் தீவுகளில் குடியேறிய ஒரு இந்தியக் குடும்பத்தைச் சேர்ந்தவர் அவர் மனைவி. அவர்தான் எங்களை ஆஸ்திரேலியாவைக் கண்டுபிடித்ததாகச் சொல்லப்படும் ஜேம்ஸ்குக் கப்பலிலும் படகிலும் வந்து இறங்கின கடற்கரை, பாட்டனி விரிகுடா எல்லாவற்றை யும் அழைத்துக்கொண்டு காண்பித்தார். வீட்டிலேயே சாப்பாடு போட்டார்.

பல பேர் சொன்ன கதைதான் புவியியல் பாடப் புத்தகங்களில் கொலம்பஸ், குக் போன்ற ஐரோப்பியர்கள். அமெரிக்கா, ஆஸ்திரேலியா போன்ற நாடுகளைக் கண்டுபிடித்தாகப் பல்லாண்டு பட்டமெல்லாம் சூட்டி யிருக்கிறார்கள். நல்ல வேளையாக இந்த நாடுகளை இவர்கள் உண்டுபண்ணியதாக, படைத்ததாக – இதுவரை

தி. ஜானகிராமன்

யாரும் சொல்லவில்லை. இவர்கள் அங்கெல்லாம் போவதற்கு ஆயிரக்கணக்கான ஆண்டுகளுக்கு முன்பே அங்கு மனித ஜாதி இருந்திருக்கிறது. இன்காஸ், அஸ்டெக் போன்ற பிரமிக்கத்தக்க நாகரீகங்கள் இருந்திருக்கின்றன. ஆனால் இவர்கள் கண்ணுக்கு அவர்கள் காட்டுமிராண்டிகளாகத் தோன்றினார்கள். வாணிகத்திற்குப் போனவர்கள் குண்டும் பீரங்கியும் துப்பாக்கியும் கொண்டு போனார்கள். மனிதர்களைக் காட்டு விலங்குகளாகச் சுட்டார்கள். பூண்டோடு அழிக்க முயன்றிருக்கிறார்கள். ஆனால் இந்தக் காட்டுமிராண்டிகளில் சிலரை வெகு சிரமப்பட்டு பரமபிதா, இவர்களும் தன் படைப்பே என்று காப்பாற்றி விட்டிருக்கிறார். இதனால் இன்னும் அமெரிக்காவில் 'செவ்'விந்தியர்களும் ஆஸ்திரேலிய 'கருப்புப் பழங்குடியினர்களும்' ஆங்காங்கு சிதறி மிஞ்சியிருக்கிறார்கள். வெள்ளையர்கள் புகுந்த வட, தென் அமெரிக்கா, ஆப்ரிக்கா, ஆஸ்திரேலியா எங்கும் இதே கதைதான். பலர் சொன்ன பழைய கதைதான். ஆனால் ஜேம்ஸ்குக் இறங்கிய இடத்தையும், அவர் கண்டுபிடித்த ஆஸ்திரேலியாவையும் பார்த்தபோது இதையெல்லாம் நினைக்காமல் இருக்க முடியவில்லை.

சுமார் நானூறு ஆண்டுகள் ஆட்சி செய்கிற பெயரில் இந்த முன்னேறிய நாடுகள் ஆசிய ஆப்ரிக்கா நாடுகளில் சட்டப்பூர்வமாகக் கொள்ளைகள் – சுரண்டல்கள் எல்லாம் செய்து, படிப்பு கொடுக்காமல், பின்தங்கிய நாடுகளாகவே வைத்துவிட்டு, இப்போது பின்வாங்கிவிட்டார்கள். காலனிகள் போய்விட்டன. சாம்ராஜ்யங்கள் போய்விட்டன. பண்ணிய சுரண்டல்களுக்குப் பரிகாரம் செய்வதுபோல இப்போது உதவி செய்து வருகிறார்கள். 'வடக்கு, தெற்கு' என்று விருப்பமில்லாமல் அரைமனதாகப் பேச்சுவார்த்தை நடத்தி வருகிறார்கள். தங்கள் செல்வத்திலிருந்து நூற்றுக்கு ஒரு விழுக்காடு வீதம் உதவி செய்யக்கூட முனகு முனகு என்று முனகுகிறார்கள். வளராத, முன்னேறாத, வளரும் நாட்டு மாணவர்களுக்கு மேல் படிப்பு ஸ்காலர்ஷிப், ஃபெல்லோஷிப் எல்லாம் தருகிறார்கள். அதாவது வெல்லப்

பிள்ளையாரைக் கிள்ளி வெல்லப் பிள்ளையாருக்கே படையல் செய்கிற கதை. சில, மாணவர்கள் அங்கேயே தங்கிக் குடியேறி அந்தந்த நாட்டுப் பிரஜைகளாகவும் ஆகிவிடுகிறார்கள். பிறந்த நாடு பிற்போக்கு. பெற்ற தாய் கிழிசல் துணியும், அழுக்கு உடம்புமாக, சமையற்காரிபோல நிற்கிறாள். தாய் என்று சொல்லிக்கொள்ள வெட்கமாக இருக்கிறது. கொஞ்சம் பணம் அனுப்பினால் போதும் – பார்க்காமல் இருந்தால் சரி.

அறிவும் பலமும் அதிகமாக இருந்தால் ஒரு மனிதன் பிறனை அடக்கி ஆளுவது, அல்லது சுரண்டுவது, அல்லது பயன்படுத்திக்கொள்வது இயற்கை. இதில் வெள்ளை – மஞ்சள் போன்ற நிறங்களும் சில சமயங்களில் கைகொடுக்கின்றன. நம் நாட்டிலும் திருமண விளம்பரங்கள் சிவப்பான, அழகான பெண்களைத்தான் நாடுகின்றன. கறுப்பு என்ன செய்யும்? அழகில்லாதது என்ன செய்யும்? ஆண்களுக்குக் 'காலனிகளாக' ஆகிவிட வேண்டியதுதான் இல்லையா?

ஆஸ்திரேலியாவில் பழங்குடி மக்களின் தொகை எத்தனை என்று நிச்சயமாக ஆஸ்திரேலியர்களுக்கே சொல்ல முடியவில்லையாம். வெள்ளையர்களும் நாகரீக மக்களும் (அதாவது வேலைக்கு வந்த யுகோஸ்லாவியர்கள், கிரேக்கர், இத்தாலியர்கள் போன்ற வெள்ளையர்களும் இதர, பெரும்பாலும் வெள்ளை நாட்டினரும்) பெரும் பாலும் கிழக்குக் கரையிலும், வட கரையிலும் தென்மேற்குக் கரையிலும், அவற்றை ஒட்டியுள்ள பிரதேசங்களிலும்தான் வாழ்கிறார்கள். சிற்சில சிறிது உள்நாட்டில் தங்கம், வெள்ளி போன்ற உலோகங்கள் தாதுக்கள் காண்கிற இடங்களில் வாழ்கிறார்கள். பலர் கடற்கரையிலிருந்த இருநூறு – சில இடங்களில் முந்நூறு மைல் தூரத்திற்குள் – காடுகளைத் திருத்தி வாழ்கிறார்கள். தடித் தன்மையாக இருந்தால் கூட, அதாவது பசையுள்ள இடங்களில் வாழ்கிறார்கள். பசையில்லாத இடங்களில் வெறும்பொட்டல்கள் – பாலைவனங்கள், தண்ணீர் கூட

இல்லாத வறட்டுப் பொட்டல்கள், தாகமாயிருந்தால், அங்கு ஊரும், தத்தும் பிராணிகளைக் கிழித்து அவற்றில் உள்ள நீரைக் குடிக்க வேண்டும். இந்த மாதிரி பாலை களில் ஆஸ்திரேலியா பழங்குடி மக்கள் நடோடிகளாக இடத்திற்கு இடம் அலைந்து கொண்டு வாழ்கிறார்கள். இவர்களுக்குச் சொந்த ஊர், சொந்த மண் என்று ஏதும் இல்லை. வயிற்றுக்குக் கிடைக்கிற யாதும் ஊரே; யாவரும் கேளிர்.

சிட்னியில் நாங்கள் இருந்த நாட்களில் பழங்குடியினர் யாரும் கண்ணில் படவில்லை. வடக்கே க்வீன்ஸ்லாந்த் மாநிலத்துத் தலைநகரான பிரிஸ்பேனில் இரண்டு மூன்று பேர்களைப் பார்க்க முடிந்தது. ஒரு குடும்பம் – சலவையிலிருந்து வந்து நாலைந்து நாட்களான ஐரோப்பிய உடுப்புடன், ஒரு பழைய, நிறம் போனகாரில் வந்து இறங்கி ஒரு கடையில் சாமான் வாங்கிக் கொண்டிருந்தது. நாங்கள் அங்கு தங்கியிருந்தது ஒரு டெர்ரஸ் ஹோட்டல். முதல் தர ஹோட்டல். தங்கலாம், அங்கேயே சாப்பிட்டால் பணம் போதாது. வெளியே கடைகளில் தயிர், ஆப்பிள் ரொட்டி, பாலாடை என்று வாங்கி வந்து அறையிலேயே சாப்பிடலாம். (ஆஸ்திரேலிய ஹோட்டல்களின் அறை களில் ஒரு சின்ன ரிஃப்ரிஜிரேட்டரும் ஒரு அரை நிமிஷக் கொதிப் பாத்திரமும் இருக்கும். பக்கத்திலேயே நாலைந்து தேயிலை – காப்பிப் பொடி பொட்டலங்கள். சர்க்கரைப் பொட்டலங்கள், பால் போன்ற பொடிகள் அடங்கிய பைகளும் இருக்கும். வேண்டும்போது, அந்தப் பீங்கான் கொதிப்பாத்திரத்தில் தண்ணீர் விட்டு ஸ்விட்சைப் போட்டால் சரியாக அரை அல்லது ஒரு நிமிஷத்தில் தகதகவென்று கொதிக்கும். காபி, டீ போட்டுச் சாப்பிட லாம். நீங்கள் வாங்குகிற தயிர் – பீர் – பழம் போன்றவை களை ரிஃப்ரிஜிரேட்டரில் வைத்துக்கொள்ளலாம். அதாவது வேலைக்கு ஆள் கிடைப்பது அரிது. ஹோட்டலில் போதிய ஆட்கள் கிடையாது – காபி, டீக்களை உங்கள் அறையில் கொண்டு கொடுக்க. அதனால் இப்படி யெல்லாம் சௌகர்யம் செய்துவைத்திருக்கிறார்கள்.)

ஹோட்டலுக்குச் சிறிது தூரத்தில் ஒரு கடை. அங்கு நாங்கள் உணவுப் பண்டங்களை வாங்கிக்கொள்கிற வழக்கம், அங்குதான் அந்தப் பழங்குடிக் குடும்பத்தைப் பார்த்தோம். எங்களைச் சற்று வெறித்துப் பார்த்தார்கள் அவர்கள். "நம்மளைப் போல் இருக்கிறார்களே" என்று நினைத்திருக்கலாம்; அல்லது,"நம்மைச் சுரண்டுபவர்களோடு கூட்டு சேர்ந்தவர்களோ" என்றும் நினைத்திருக்கலாம். அந்தப் பார்வையில் நட்பும் இல்லை, ஆவலும் இல்லை! ஒரு வறட்டுப் பார்வை.

பின்னர் பிரிஸ்பேனிலிருந்து சுமார் இருநூறு மைலுக்கப்பால் உள்நாட்டில் சென்றிருந்தபோது, ஒரு சின்ன ஊர் அங்கே ஒரு பள்ளிக்கூடம் போனோம். ஒரு வகுப்பில் வெள்ளைக் குழந்தைகளின் மத்தியில் ஒரு எட்டு வயதுப் பையன், நிறம் மாநிறத்துக்கும் குறைவு. அழுது வடிகிறாற்போல் உட்கார்ந்திருந்தது அந்தக் குழந்தை. அது ஒரு கலப்புக் குழந்தையாம். ஆஸ்திரேலியருக்கும் ஒரு பழங்குடிப் பெண்ணுக்கும் பிறந்த சந்ததியின் வழித் தோன்றலாம். இந்த மாதிரிக் குழந்தைகள் பாடங்களைக் கிரகித்துக்கொள்ள கொஞ்சம் தாமதம் ஆகிறது என்றாள் வாத்தியாரம்மாள். (ஒரு கலப்பு வாத்தியாரம்மாளையும் பார்க்கும் வாய்ப்பு அங்கு கிடைத்தது).

இத்தகைய வாண வேடிக்கைகளை அமெரிக்காவிலும் சமீப காலம் வரை விட்டுக்கொண்டிருந்தார்கள். நீக்ரோ குழந்தைகளுக்கு வெள்ளைக் குழந்தைகளைவிட ஐக்யூ சற்றுக் குறைவுதான் என்று ஒரு கொள்கையைப் பரப்பிக்கொண்டிருந்தார்கள். ஆராய்ச்சிப் பூர்வமான கொள்கையாம். ஐக்யூ என்று ஒரு மனத்தத்துவ முறை. உங்களுடைய புத்திக் கூர்மையைச் சோதித்து, 120, 130, 150, 100 என்றெல்லாம் புள்ளி போட்டு, நீங்கள் எத்தனை சமர்த்து, எவ்வளவு மண்டு என்றெல்லாம் கணக்காக அளந்துவைக்கிற முறையாம். உங்கள் மூளையை எடை போடுகிற பல கேள்விகள் அதில் இருக்கும். 'நூறு பட்சிகள் ஒரு மரத்தில். ஒரு துப்பாக்கி ஒருபறவையைச்

தி. ஜானகிராமன்

சுட்டு வீழ்த்திற்று. மீதி எத்தனை பறவையிருக்கும்?' 'மூன்று சகோதரர்கள். ஒவ்வொருவருக்கும் ஒரு சகோதரி என்றால் எத்தனை சகோதரிகள்?' – இப்படிப்பட்ட கேள்விகள் இவையெல்லாம் மேல் நாட்டு மனத்தத்துவத் தெனாலிராமன்கள் நம் நாட்டுக்கு ஏற்றுமதி செய்த பட்சி சாஸ்திரக் கேள்விகள். பெரிய பெரிய பாங்குகளிலும், பெரிய பெரிய பொது – தனியார் நிறுவனங்களிலும், பெரிய பெரிய ஆபீசர்களைப் பொறுக்கி வேலை கொடுக்க, இந்த மாதிரி கேள்விகளையெல்லாம் தயார் செய்கிறார்கள். வேலைக்கு ஆள் எடுக்கிற குழுக்கள் இந்த மாதிரி கேள்விகள் கேட்பதில் சூரர்கள். "செங்கல்பட்டிலிருந்து ராமேஸ்வரம் வரையில் ரயிலில் போனால் எத்தனை பாலங்களைக் கடக்கலாம் – சின்னப் பாலங்களையும் விடாமல்?" –இத்தகைய கேள்விகள். ரயில் பிரயாணிக்கும் –மாணவன் உள்பட –வேறு இல்லை பாருங்கள். அந்தக் காலத்தில் விஜயராகவன் என்ற பையன் ஐ.சி.எஸ் போன்ற ஒரு பரீட்சைக்குப் போனான். முதல் பத்து பதினைந்து பேருக்குள் வரும்படியாக எழுதியிருந்தானாம். நேர்முகத் தேர்வுக்கு அழைத்தார்களாம். பல உயர் அதிகாரிகள் வரிசையாக உட்கார்ந்து அவன் மூளையைப் பதம் பார்த்தார்கள். இந்த ஐக்யூ மாதிரி பல கேள்விகள். விஜயராகவனுக்கு எரிச்சல்! "நீர் வண்ணாரப்பேட்டை யிலிருந்து வருவதாகச் சொல்கிறீரே! அங்கு கழுதைகள் அதிகமோ?" என்று கேட்டாராம் அந்தக் குழுவில் ஒருவர். அந்த ஆபீசைச் சுற்றித் திறந்த வெளி பரந்து கிடந்ததாம். ஏழெட்டுக் கழுதைகள் அங்கு மேய்ந்துகொண்டிருந்ததைப் பார்த்து, விஜயராகவன் அவற்றைக் காட்டுவதுபோல "இங்கிருப்பதைப்போல அத்தனை கிடையாது" என்று கையைக் குழுவின் பக்கமும், கழுதைகளின் பக்கமும் வளைத்தாற் போல் காட்டினானாம் சாதுவான முகத்துடன்,

இத்தகைய கேள்விகள்தான் ஐக்யூ கேள்விகளும். இந்தப் பரீட்சைகளால் கறுப்பர்களுக்கு ஐக்யூ குறைவு என்று சில அமெரிக்க அறிவு ஜீவிகள் சொல்லிக்கொண் டிருக்கிறார்கள். பிராமணர்களை விட மற்றவர்கள்

அறிவு குறைவானவர்கள் என்று சொல்வதுபோல இது. பரம்பரையாக வீடுகளில், படிக்க அறிய, வாய்ப்பு. வசதி யிருந்தால் அந்தக் குழந்தை சற்று மிடுக்காக இருக்கும். இந்த வசதி – வாய்ப்பு சித்தாந்தத்தை மூளைக்கே மாற்றுவது தப்பிலித்தனம். இது எல்லா நாடுகளிலும் வெவ்வேறு உருவங்களில் இருந்து வருகிறது.

சில ஆண்டுகளுக்கு முன் ஒரு மூளை ஆராய்ச்சி பற்றிப் படிக்க நேர்ந்தது. பிறந்து இருபது வருடம்வரை யில் மூளை வளர்ந்து கொண்டே போகும் என்று நம்பிக் கொண்டிருக்கிறார்கள். இந்தப் புதிய ஆராய்ச்சியில், மனித மூளை பிறந்த மூன்று வருடங்களுக்குள் நன்றாக வளர்ந்துவிடுகிறது. பிறகு நேர்வதெல்லாம் அனுபவங்கள்தான் என்றும், குழந்தைக்கு ஏற்படும் ஒவ்வொரு அனுபவமும் (காட்சி, கேள்வி, உணர்ச்சி எல்லாம்.) மூளையின் நுணுக்கப் பகுதிகளில் பதிவாக ஆகிவிடுகின்றன என்றும், எனவே குழந்தை பிறந்தது முதல், அதற்கு எல்லாவிதமான அனுபவங்களும் – நல்ல ஓசை, காட்சி – தரவேண்டும் என்றும், அது வேண்டாம் இது வேண்டாம் என்று வேண்டாம் அதட்டலே போட்டுக் கொண்டிராமல், ஆரோக்கியமான பல நல்ல அனுபவங்களை அபரிமிதமாகத் தந்துகொண்டிருந்தால், அந்தக் குழந்தை வளர்ந்த பிறகு, எந்தப் பிரச்சனைக்கும் பற்பல தீர்வுகளைக் காணும் சக்தி படைத்திருக்கும் என்றும் அந்த ஆராய்ச்சி கூறுகிறது.

மூளை வளர்ச்சிக்கும் ஜாதிக்கும் நிறத்துக்கும் சம்பந்தமில்லை என்பதுதான் முடிவு. வாய்ப்புகளும், வசதிகளும் கொடுத்தால் குழந்தை விகசித்து வளர்கிறது. அந்த விகாசங்கள் உடற் கூற்றில் பதிவானாலும் பரம்பரையாகவும் கிடைக்கும் என்பதுதான் முடிவு.

அந்த ஆஸ்திரேலிய வாத்தியாரம்மாளுக்கு இது தெரிந்திராமல் இருக்கலாம். ஜாதி – குலம் பேசுகிறவர் களுக்கும் இது தெரியாமல்தான் இருக்கிறது.

தி. ஜானகிராமன்

6

ஒரு நாள் வழக்கத்திற்கு மாறாக மிகமிக விடியற் காலையில் எழுந்து விட்டோம். என்ன செய்வதென்றே புரியவில்லை. அறை யிலேயே மாடத்தில் வைத்திருந்த திடீர் காபி பொட்டலத்தை எடுத்து, திடீர் கொதி ஜாடியில் தண்ணீர் விட்டு அரை நிமிஷத்தில் கொதிக்கவைத்து, பாலுக்குப் பதிலாகத் திடீர்பால் என்று சொல்லிக்கொள்ளும் 'வெள்ளையாக்கும்' பவுடரைப் போட்டு காபி குடித்தோம். இந்த வெள்ளையாக்கும் பவுடர் பால் பவுடர் இல்லையாம். சோளமா வும் இன்னும் ஏதோ கலந்ததாம்.

வேண்டும்போது நல்ல காபி கிடைக்கா மல் இல்லை. க்ரெஸ்ட் ஹோட்டலுக்கு எதிர்சாரியில் நாலு கடை தள்ளி ஒரு பலகடைக் கட்டிடத்தில் ஒருவர் நல்ல வறுத்த காப்பிக் கொட்டைத் தூளைப் போட்டு முதல்தர காப்பியாகத் தருகிறார். அவர் இத்தாலியரோ, ஸ்பானியரோ தெரியவில்லை, அவர் தருவது முதல்தர பிரேசில் காபிக் கொட்டை காபி. சுற்றிலும் மணக்கும். சாப்பாட்டிற்கும் பிறகு உடல் மணக்கும். வேர்வை மணக்கும். சிறுநீர் மணக்கும். நம்முடைய ஸ்பெஷல் காபியும், டிகிரி காபி யும் அவர் போட்டுத் தருகிற காபியிடம்

பிச்சை வாங்க வேண்டும். காபியோடு அவர் பலவிதத் திராட்சை, பாதாம்பருப்பு, பிஸ்தாப்பருப்பெல்லாம் விற்கிறார். ஆஸ்திரேலியாவில் இதெல்லாம் ரொம்ப மலிவு. காபி குடிக்கும்போது வாய்க்கு ஒரு பருப்பாகப் போட்டுச் சாப்பிடலாம்.

அன்று விடியற்காலை. அவர் இன்னும் கண் திறக்கவில்லை. அதனால் இந்த திடீர் காப்பியைக் குடித்துவிட்டுப் புறப்பட்டோம். கொட்டையை வறுத்து அவ்வப்போது பொடிபண்ணி காபி சாப்பிட்டு நாக்கை நீட்டி வளர்த்துக்கொண்டவர்களுக்கு, மண்டையில் அடித்துப் புலனடக்கம் கற்பிப்பதுபோல வந்திருக்கிறது திடீர் காபி நாகரிகம். நம் நாட்டிலும் வெளிநாடுகளிலும் கோடிக்கணக்கில் செலவழித்து விளம்பரம்செய்து இந்தத் திடீர் காபி வகைகளைப் பல பேர்களில் பல கவர்ச்சிகளில் விற்கிறார்கள். ஹோட்டல்களிலும் அதற்கு இரட்டை விலை. கலக்கிறபடி கலந்தால்தான் இது கொஞ்ச மாவது காபி மாதிரியிருக்கும். இல்லாவிட்டால் அலசின தண்ணீர் வாடை வீசும். இப்போது திடீர் காபி கேட்டால் பல காபி கடைகளில் இப்படித்தான் கொடுக்கிறார்கள்.

ஹோட்டல் அறையில் இருந்த காபித்தூளை ஒரு நிபுணர் சொல்லிக் கொடுத்த மாதிரியே ஜாக்கிரதையாகக் கலந்து காபி என்று சாப்பிட்டுவிட்டுப் புறப்பட்டோம். இரண்டு மூன்று மைல் நடந்தோம். ஒரு மைதானத்தில் கிழவர்கள் ஓடிக்கொண்டிருந்தார்கள். அரைக்கால் சட்டை, முழுக்கால் சட்டை, பனியன், அரைக்கைச் சட்டை இப்படிப் பல கோணங்களில். எழுபது வயது அறுபது வயது என்று பல வகைவயதுகள் ஓடின. தேகப் பயிற்சி. இதைப் பிரிஸ்பேனிலும் பார்த்தோம். ஆஸ்திரேலியா விளையாட்டுகளுக்குப் பெயர்போன கண்டம்.

கிழவர்கள் சளைக்காமல் ஓடிக்கொண்டிருந்தார்கள். வேர்க்க விறுவிறுக்க ஓடினார்கள். அதே போல கிரிக்கெட் ஆட்டம் பல இடங்களில் நடந்துகொண்டிருந்தது. கால்

தி. ஜானகிராமன்

பந்து, நீச்சல் இந்தப் பயிற்சிகள் வேறு பல இடங்களில். இந்த ஓட்டங்கள் ஆட்டங்கள் எல்லாம் சர்வசாதாரணமான காட்சி. உலகில் மிகமிக புஷ்டியான உணவு அருந்தும் நாடுகளில் ஆஸ்திரேலியாவும் ஒன்றாம். அவ்வளவு போஷாக்கும் ஜரித்தாக வேண்டும். நோயாகாமல், வலுவாக மாற வேண்டும். ஆகவே கிழவர்களும் ஓடத்தான் வேண்டும்.

வெள்ளைக்காரர்களுக்கு முக்கியமான பொழுது போக்கு வெயிலில் காய்வது. காப்டன் குக் வந்து இறங்கிய இடத்தைப் பார்த்துவிட்டுத் திரும்புகிறபோது கடலோர மணற்பரப்பில் நூற்றுக்கணக்கானவர்கள் – ஆண்களும் பெண்களும் – படுத்திருந்தார்கள். நமக்கு அது பதைபதைக்கிற வெயில். அரையில் கோவண அளவு மறைவு. பெண்களுக்கு மார்பிலும் சிறிது மறைவு. தோல் சுண்டச் சுண்ட, பழுக்கப் பழுக்கப் படுத்திருந்தார்கள். இதற்கு *Sun Tanning* என்று பெயர். *Tanning* என்றால் தோல் பதனிடுதல் என்றும் பொருள். நிழல் கிடைக்காதா என்று பறக்கும் நமக்குத் தேவை இல்லை இது. வெள்ளைக்காரர்கள் பஞ்சாக்னி மத்தியில் படுப்பதுபோல், நிற்பதுபோல் தவம் கிடக்கிறார்கள். சில ருமானி மாம்பழங்களின் செந்நிறம் இந்தக் காயலால் வருகிறது. அதை அழகாகக் கருதுகிறார்கள். வெள்ளையர்களாகவும் பிறக்க வேண்டும். பழுப்பாகவும் ஆகவேண்டும். நம் நாட்டில் வரும் க்ரீம் – ஒப்பனை விளம்பரங்கள் கறுப்பு – பழுப்புத் தோல்களை வெள்ளையாக்கிவிடுவதாகச் சவால் விடுகின்றன! இந்த வெயிலில் காயம் காய்ச்சியை பிரிஸ்பேனுக்கு சுமார் ஐம்பது மைலில் உள்ள தங்கக் கடற்கரை (கோல்ட் கோஸ்ட்)யிலும் பார்த்தபோது பிரமிப்பாக இருந்தது. சனி, ஞாயிறு விடுமுறை அப்போது, எறும்பு சாரிபோல ஆயிரக்கணக்கான கார்கள் பிரிஸ்பேனிலிருந்தும் மற்ற இடங்களிலிருந்தும் தங்கக்கரைக்கு விரைந்து கொண்டிருந்தன; ஆண் பெண் குழந்தை குட்டிகளோடு. ஆயிரக்கணக்கான கார்கள் என்றால் ஆயிரக்கணக்கில்தான்.

(ஆஸ்திரேலியாவில் சராசரி ஒரு வீட்டுக்கு இரண்டோ இரண்டரைக் கார்களோ உண்டாம். அதனால் ரயில்களும் பஸ்களும் வெறிச்சென்று போய்க்கொண்டிருக்கும். முழங்கால் முழங்கைகளைச் சிராய்த்துக் கொள்ளாமல், சட்டை கிழிபடாமல், பூட்ஸ் கால்களில் நசுங்காமல், ஜேபியில் உள்ளதை இழக்காமல், தாராளமாகப் பத்திர மாகப் போகலாம். கொஞ்சம் தொலைவாகப் போக, விமானங்கள் உள்ளன. அவற்றில்தான் அதிகமாகப் போகிறார்கள். ஆஸ்திரேலிய விமான சர்வீஸ்களும் விபத்தில்லாத சர்வீஸ்களில் முன்னணியில் நிற்பவை.)

தங்கக் கரைக்கு விரையும் முக்கால்வாசி கார்கள் மீது ஸர்ஃபிங் பட்டைகளும் ஒன்றிரண்டாவது சவாரி செய்யும். துடுப்புகள் போல நீளமாக, சற்று அகலமான பட்டைகள்; கனமில்லாதவை. அதை அணைத்துக்கொண்டு கடலலைமீது சவாரியும் நீச்சலும் நடக்கும். தங்கக் கரையில் அன்று ஆயிரக்கணக்கான கூட்டம். தங்கக்கரை வெயில் சிட்னி வெயில் அல்ல, வெப்ப மண்டலத்துக்கு அருகே உள்ள சீமை. வெயில் தோலை உரிக்கும். அதையும் பொறுத்துக் கொண்டு நீந்துவதும் அலையில் ஏறி மிதப்பதும் பிறகு வந்து மணல் சூட்டிலும் வெயிலிலும் படுப்பதுமாக ஆயிரக்கணக்கான ஜோடிகளையும் குழந்தைகளையும் பார்த்தோம்.

வாரம் இரண்டுநாள் விடுமுறை. சராசரி ஆஸ்திரேலியன் வீட்டில் முடங்க மாட்டான். வெள்ளிக் கிழமை மாலையே குடும்பம் காரை எடுத்துக்கொண்டு புறப்பட்டுவிடும். சனி, ஞாயிறு முழுவதும் ஓட்டம், நீச்சல், புதிய இடங்களில் உலாவல் என்று அநேகமாகத் திறந்த வெளியிலும் சொந்த வீட்டுக்கும் ஊருக்கும் வெளியே சுற்றிவிட்டு, ஞாயிறு மாலை வீடு திரும்பும். நாமும் இந்த மாதிரி போகலாம் – கார் இருந்தால், பஸ்ஸூக்கும் ரயிலுக்கும் க்யூக்கள் இல்லாமலிருந்தால், காசிருந்தால். பெரியோர்கள் ஆசீர்வாதத்தில் பத்தும் பெற்று வளர்ந்து

கொண்டிருந்தால் முடியாது. இப்போது நம்மை வாட்டும் தலைவலி இந்த ஆசீர்வாதம் வலுவாக இருப்பதுதான்.

திறந்த வெளி என்று சொல்லும்போது இரண்டு காட்சிகள் நினைவுக்கு வருகின்றன. பிரிஸ்பேனிலிருந்து உள்நாட்டுக்குப் போகிற சாலையோரமாகப் பல இடங்களில் சென்னையில் காணும் ராட்சச விளம்பரப் பலகைகள் மாதிரி உயரத்தில் மாட்டியிருந்த பல நீள் சதுர போர்டுகளைப் பார்த்தோம். பத்து இருபது மைலுக்கு ஒன்றாக இப்படி ஒரு போர்டு வரும். அதில் ஏதும் எழுத வில்லை. இடிம்பன், கடோத்கஜன் உயரத்திற்கு நிற்கும் திரைப்பட நட்சத்திரங்களின் உருவங்கள் இல்லை. வெறும் போர்டுகள். விசாரித்தபோது – திறந்தவெளி சினிமாத் தியேட்டர்களாம்! காரிலேயே உட்கார்ந்து கொண்டு அந்த நீள் சதுரத்தில் காட்டப்படும் திரைப்படங் களைப் பார்த்துவிட்டுப் போய் விடுவார்களாம்.

இன்னொரு காட்சி காரவான் கார்கள் மூடின டி.வி.எஸ். லாரி மாதிரி பெரிய கார்கள். ஒரு குடும்பம் அதில் சமைத்துச் சாப்பிட்டு, படித்து, படுத்துத் தூங்கிக் கொண்டே ஊர் ஊராகச் செல்லலாம். தங்குமிடங்களில் – அநேகமாக ஊர்களுக்கு வெளியே பொருத்தி யிருக்கும் குழாய்களருகே, மின்சார சப்ளைக்கருகே இந்த காரவான் வீட்டை நிறுத்திக் கொள்ளலாம். தண்ணீரும் மின்சார வெளிச்சமும் மற்ற மின் சக்திகளும் எடுத்துக் கொள்ளலாம்.

இவைகளும் மேலே சொன்ன ஆசீர்வாதம் வலுவாக இல்லாமல் இருப்பதால்தான். பொதுவாக ஆஸ்திரேலியர்கள் விருந்தோம்பலில் பிரியமுள்ளவர்கள். நகரங்களிலும் அப்படியென்றால் உள்ளே போகப் போக விருந்தோம்பலும் கூடிக்கொண்டுதான் போகும். மனிதர்களுக்கு ஏங்கும் சூழ் நிலை. இந்த அன்பும் உபசாரமும் மேலே சொன்ன ஆசீர்வாதம் வலுவாக இல்லாமல் இருப்பதால்தான். அவர்களுடைய

பூர்வோத்தரங்கள் எப்படியிருந்தாலும், பழங்குடி மக்களை அவர்கள் எப்படி நடத்தியிருந்தாலும், விருந்தோம்பல், உதவி போன்ற குணங்களைக் குறைத்துக்கொண்டு விட வில்லை. பழங்குடி மக்கள், கறுப்பர்கள் என்றெல்லாம் சொல்லும்போது இன்னொன்றும் ஞாபகம் வருகிறது. டில்லி போன்ற நம்முடைய பெரிய நகரங்களில் பல்கலைக் கழகங்களில் ஆப்ரிக்காவிலிருந்து பல மாணவர்கள் – கறுப்பர்கள் – படித்து வருகிறார்கள். ஒரு வெள்ளைக்கார மாணவன் வந்தால் அன்பும் உபசாரமுமாக அழைத்து மாய்ந்து உருகிப்போகும் நம்மவர்கள், இந்த ஆப்ரிக்க மாணவர்களைத் திரும்பிக்கூடப் பார்ப்பதில்லை. ஓரிரண்டு விலக்குகள் இருக்கலாம். பொதுவாக யாரும் வீட்டுக்குக் கூப்பிட்டு அளவளாவுவதாகவோ ஏதும் தெரிந்துகொள்ள முயலுவதாகவோ தெரியவில்லை. நம்முடைய சேரிகளைப் பற்றி எவ்வளவு தெரிந்து கொண்டிருக்கிறோமோ, அவ்வளவேதான் இந்த ஆப்ரிக்க மாணவர்களைப் பற்றியும் நமக்குள்ள ஞானம், ஆர்வம், ஆவல் எல்லாம்! சிவப்பும் வெள்ளையுமாகப் பெண்கள் தேவை என்று கல்யாண விளம்பரங்கள் கொடுக்கும் நாம் ஏன் வெள்ளைக்காரர்களின் நிற ஓரங்கத்தையும் குடியேற்றக் கொள்கைகளையும் பற்றி வாய் கிழிக்கிறோமோ, தெரியவில்லை! ஆடு ஒரு ருசி, சிவப்பு ஒரு அழகு என்று இயற்கையாக மண்ணில் முளைத்த பழமொழியா எந்த வள்ளுவரும் திருமூலரும் இதை எழுதினார்கள்!

7

"ஏ, ஆஸ்திரேலியா? உன்னை யாரு, கேட்டா? அவனைன்னா கேட்டேன்." என்பார் கிருஷ்ணசாமி சார். பத்துப் பதினொரு வயது வாண்டுகள், 'உஸ் உஸ்' என்று கையைக் கையை உயர்த்தி அவர் கேட்ட கேள்விக்குப் பதில் சொல்ல சீறிக்கொண்டிருக்கும். அவசரம் தாங்காமல் முந்திக்கொண்டு பதில் சொன்ன வாண்டை, "ஏ, ஆஸ்திரேலியா" என்று தட்டி அடக்குவார்.

இதெல்லாம் பால்ய நினைவு. முந்திரிக் கொட்டை என்று கூப்பிடுவதற்குப் பதிலாக ஆஸ்திரேலியா என்று அவர் கத்துகிற வழக்கம். அவர் பூகோள வாத்தியார் ஒரு முந்திரிக் கொட்டையை வரைந்து அதையே ஆஸ்திரேலியாவாக மாற்றிவிடுவார். வெள்ளை ஆஸ்திரேலியக் கொள்கை என்று அந்தப் பாடப் புத்தகத்தில் எழுதியிருக்கும். பத்து பதினொரு வயதாயிருந்தாலும் எதற்காக இப்படி ஒரு கொள்கை என்று நானும் இன்னும் வாண்டுகளும் குழம்பிக்கொண் டிருப்போம். அப்போது உப்பு சத்யாக்கிரகம் நடந்துகொண்டிருந்த காலம். கத்தியின்றி, ரத்தமின்றி யுத்தமொன்று வருகுது என்று வாசலோடு தினமும் நூறுபேராவது அணி வகுத்துப் பாடிக்கொண்டு போவார்கள். கடைத் தெருவில் சாம்புவின் ஜவுளிக்

கடைக்குப் போனால், கடை வாசலில் நிற்கும் ஒரு வள்ளலார் பக்தர் – காந்தி பக்தராக மாறியவர். "சீமைத் துணியை வாங்குகிறீங்களேய்யா, வாண்டாம்யா," என்று தன் தகப்பனாரிடம் கெஞ்சுவார். "கதர் வாங்காட்டியும், மன்னார்குடி, திருராஜபுரம் வேட்டி துணியெல்லாம் இருக்கே. அதையாவது வாங்குங்க. இது வேணாம்" என்று க்ளாஸ்மோ மல்லை எரிக்கிறாற்போல் பார்ப்பார். இந்த அமளிக்கு நடுவில்தான் நாங்கள் ஆஸ்திரேலியா பாடமும், பள்ளிக்கூடத்தில் கேட்டுக்கொண்டிருந்தோம். அந்தச் சிறு வயதிலேயே ஆஸ்திரேலியா என்றால் எதோ ஒரு பயம். நாம் போக முடியாத, போகக் கூடாத, போக அவசியமில்லாத, போக விருப்பம்கூடத் தோன்றாத, ஏழ்கடல் கடந்த ஒரு உலகம் என்று ஒரு அலட்சியம், மலைப்பு எல்லாம் வளர்ந்தது. போதும் போதாதற்கு எத்தனையோ காலத்திற்கு முன்னால் ஆசிய பூமியிலிருந்து சுழன்று நழுவிப் போய்ப் பிராணிகள், பறவைகள், விலங்குகள் எல்லாமே உலகில் வேறு எங்கும் காணாத அதிசயங்களாகப் பரிணமித்துவிட்ட மாய உலகம்போல புத்தகங்கள் சிறு உள்ளங்களைத் தற்பேத்தி செய்திருந்தன. வயிற்றில் இயற்கையாக ஒரு பை. அதில் ஒரு குட்டியை வைத்துத் தூக்கிச் செல்கிற பிராணி, முட்டையிட்டு, குஞ்சு பொரித்து, பிறகு அதற்குப் பாலூட்டி வளர்க்கும் பிராணி, சிரிக்கிற பறவை – இந்த அதிசயங்கள் நிறைந்த ஒரு அமானுஷப் பிரதேசம் என்ற ஒரு பிரமை. இத்தகைய ஒரு கண்டத்திற்கு நாம் ஒரு நாள் போகப் போகிறோம் என்று கனவுகூட கண்டதில்லை, அதற்கும் போகிற ஒரு நாள் வந்ததுதான் ஆச்சரியம்!

போன பிறகுதான் தெரிந்தது – அது உலகத்தில் விருந்தோம்பலும் செல்வமும் வசதிகளும் பெருத்த நாடுகளில் ஒன்று என்று.

நம்மை வியக்கவைக்கும் முதல் அனுபவம் பெர்த் விமானம் நிலையத்தில்தான். நாங்கள் போனது க்வாண்டாஸ் விமான ஸர்வீஸின் ஜம்போ ஜெட்

முந்நூறு பேருக்கு மேல் உட்கார்கிற விமானம், நாங்கள் போன அன்று ஒரு இடம்கூட காலியில்லை. இரண்டு பிரிட்டீஷ் கிழவிகளுக்கு மத்தியில் மாட்டிக்கொண்டேன். ஒன்பது மணிநேரம், நடுவில் எங்கும் இறங்காத நேர்ப்பயணம். பம்பாயை விட்டால் அடுத்த நிறுத்தம் பெர்த்தில். ஒன்பது மணிநேரம் கால் கை நீட்டி மடக்க முடியாத தவம். பஞ்சாக்னி மத்தியில் தவம்போல, இரண்டு கிழவிகளின் மத்தியில் தவம். பெர்த் விமான நிலையத்தில் இறங்கியதும், ஒரு ஆள் பாக்கியில்லாமல் அத்தனைபேரையும் இறக்கிவிட்டார்கள். மீண்டும் புறப்பட ஒரு மணிநேரத்திற்கு மேல் ஆகும் என்றார்கள். பெட்ரோல் போட்டுக்கொள்ளவா அத்தனை நேரம்? அது மட்டும் இல்லை. க்வாரண்டைன் புண்யாஹவசனம் செய்து வீட்டைச் சுத்தம் செய்வதுபோல, கிருமி – நுண்கிருமி மருந்தை விமானத்தில் இண்டு இடுக்கு விடாமல் பீச்சி சுத்தம் செய்யப் போகிறார்களாம். வெளிநாடுகளிலிருந்து எந்தத் தொற்று நோயும் நச்சுகளும் உள்ளே புகுந்துவிடக் கூடாது என்று அவ்வளவு ஜாக்ரதை செய்துகொள்கிறார்கள். இந்தச் சுகாதார ஆரோக்ய விஷயங்களில் ஆஸ்திரேலியாவுக்குக் கன கண்டிப்பு. அக்கறை. இங்கிருந்து செடிகள், விதைகள், தின்பண்டங்கள் எதுவும் கொண்டு போகக் கூடாது. சுங்க அதிகாரிகள் அவற்றை அனுமதிக்க மாட்டார்கள் என்று முன்னமே எச்சரித்திருக்கிறார்கள். பொதுவாக வெள்ளை நாடுகளைப் பார்த்தால் கொஞ்சம் பிரமிப்பாகத்தான் இருக்கிறது. ஜனங்கள் வாழ்கிற இடத்தில் ஒரு துப்புரவு, நறு விசு; பளிச்சென்ற ஒரு தோற்றம். கும்பகோணம் போன்ற ஊர்களின் சாக்கடைகள் ஞாபகத்திற்கு வராமல் என்ன செய்யும்? பேருந்து நிற்கிற இடம் என்று ஒன்றைக் கட்டி விட்டால் போதும். அந்தச் சின்ன மறைவே போதும் பல கழிவு மரணங்களை எழுப்ப! எழுபது ஆண்டுகளுக்கு முன்பு காந்திஜி ஆப்ரிக்காவில் மன்றாடிக்கொண் டிருந்தார். இந்தியர்களுக்கு மல ஜலம் போக்குகிற உணர்வுகள் பழக்க வழக்கங்கள் ரொம்ப மட்டம் என்று.

அடுத்த வீடு ஐம்பது மைல்

மாமண்டூர் ஹோட்டல் வாசல்கள், சிறுநகர சினிமா கொட்டகைகளின் சுற்றுப் புறங்கள். மயிலாப்பூர் கபாலிக் கோயிலை அடுத்துள்ள சந்து, இன்னும் கோயில் மட வளாகங்கள், பஸ் ஸ்டாண்டுகள் – இங்கெல்லாம் சிறுநீர் சிற்றாறாக ஓடும் காட்சிகளைப் பார்க்கா!மலேயே காந்திஜி எழுதிவிட்டார்!

பெர்த்திலிருந்து புறப்பட்ட விமானம் ஒரு நாலு அல்லது ஆறு மணிநேரம் கழித்து சிட்னியில் வந்து இறங்கிற்று. சுங்கக்காரர்கள் பெட்டியைத் திறந்து திறந்து பார்த்துக்கொண்டிருந்தார்கள். எனக்கு முன்னால் பெட்டியைத் திறந்து காட்டியவர் இந்தியாவின் ஒரு பிரபல விஞ்ஞானி. அவர் பெட்டியைத் துழாவி இரண்டு கிலோ கடலைப் பருப்போ துவரம் பருப்போ அடங்கிய ஒரு பாலித்தீன் பையைத் தூக்குகிறார் சுங்கக் கண்காணி. 'என்ன இது?' என்றார். விஞ்ஞானி என்னமோ சொல்லிக்கொண்டிருந்தார். அவருக்கு அணுக்கத் தொண்ட ராக வந்திருந்த ஒருவர் கண்காணியிடம் மெதுவான குரலில் என்ன சொன்னாரோ "சரி சரி போங்கள்" என்று பருப்புப் பைகளைப் பறிமுதல் செய்யாமல் விட்டார் கண்காணி. அவர் என்னத்தைக் கண்டார் – இவர் பெரிய விஞ்ஞானியா இல்லையா என்று. எனக்கு அஸ்தியில் ஜுரம். பெட்டியில் சின்னச் சின்ன பாலித்தீன் பைகள். புருஷன் நாக்கு செத்து இளைத்துவிடப் போகிறாரே என்று வழக்கம்போல என் மனைவி, பருப்புப் பொடி, கருவேப்பிலைப் பொடி, காய்ந்த நார்த்தங்காய், பாக்குப் பொடி, கொஞ்சம் கோதுமை அல்வா, கரகரவென்று நொறுக்குத் தீனி – எல்லாம் கட்டி வைத்திருந்தாள். இதெல்லாம் என்ன என்றார் சுங்கர். மருந்துகள் என்று வயிற்றைக் காட்டினேன். ஒரு தடவை ஏற இறங்கப் பார்த்தார். மேல் நாட்டுக்கு வரும் இந்தியாவின் பிரதிநிதி என்று பாட்ஜை விமானம் இறங்குவதற்கு முன்பே கோட்டில் மாட்டிக்கொண்டிருந்தேன். அதைப் பார்த்தார். தர்மசங்கடம்! "சரி, சரி போ" என்றார். விஞ்ஞானிக்குத்

தந்த முகச் சிணுக்கத்தில் எனக்கும் கொஞ்சம் கூடவே அருளினார். பிழைத்தோம் என்று பெட்டியைக் கடத்திக் கொண்டு வெளியே வந்தேன். கூடியவரையில் இதெல்லாம் கொண்டு போகாமல் இருப்பதுதான் நல்லது, கௌரவம், யாருக்கும் தொந்தரவும் இல்லை.

ஆஸ்திரேலியாவுக்கு, சுகாதாரம் ஆரோக்யம் பற்றி அவ்வளவு ஜாக்ரதை. ஒரு சின்ன கிராமத்தில்கூட இந்த சுத்தம் நறுவிசு – இவற்றைக் காண முடியும்.

இந்தத் தூய்மை உணர்வு படிப்பினால் வருகிறதா? வசதியினால் வருகிறதா! நம் வீடு மட்டும், நாம் மட்டும் இல்லை. பிறர் வீடுகள், பிறர் ஊர், தெரு எல்லாம் நம்முடைய க்ஷேமத்திற்காக ஏற்பட்டவை என்று ஒரு கணநேரச் சிந்தனை உண்மையாக, வேகமாக உள்ளே தோன்றினால் போதும்! நம் ஊர் – தேசம் எல்லாம் சுத்தமாக இருக்கும். காவேரி, கங்கையெல்லாம் சாக்கடைகளாக மாறாமல் இருக்கும்! முனிசிபாலிடிகள் சொர்க்கங்களாக இருக்கும்.

இந்த சுத்த – அசுத்த மாடிகள் எல்லா நாடுகளிலும் உள்ளன. வீட்டு விலக்கு என்ற மாதம் ஒருமுறை நம் நாட்டில் பல ஜாதிகள் பெண்களைத் தூர நிறுத்துகின்றன. ஆசாரம், மடி, விழுப்பு, தீட்டு, புருடு என்ற பெயரில் நம்நாட்டில் அதிகம். பெண்கள் சற்று அதிகமாகவே இதையெல்லாம் பார்க்கிறார்கள். ஆனால் இந்த ஆசாரங்களுக்கு இடையே சமைத்து வைத்தவைகளையும் தின்னுகிற பண்டம் பாடிகளையும் மூடாமல் சிலர் திறந்து வைத்திருப்பதையும் பார்க்கிறோம். ஜப்பானில் பார்த்த ஒரு ஞாபகம், ரயிலில் போகும்போது. ஓரிரண்டு பேர் மூக்கு வாய்களை ஒரு துணியால் கட்டிக்கொண்டு போவார்கள். அவர்களுக்கு ஜலதோஷமாம். பிறருக்கு அதைப் பரவவிடக் கூடாது என்று அவர்களுக்கு அக்கறை; அதே ரயில் வண்டியில் இன்னொரு இடத்தில் உட்கார்ந்திருப்பவர் திடீரென்று ரயிலுக்குள்ளேயே காலடியில் துப்பிவிட்டு, அதைக் காலால் தேய்த்துவிடுவார்! நடுத் தெருவில் துப்புவது,

பஸ்டிக்கெட்டுகளை எறிவது, பீடி, சிகரெட் துண்டு களைப் போடுவது இவை நமக்கு சகஜம். பொதுவாக, ஐரோப்பிய நாடுகளில், அமெரிக்காவில், ஆஸ்திரேலியாவில், இந்தப் பொறுப்பற்ற தன்மையைக் காண முடியாது!

பயணக் கதை எழுதும்போது பெரிய கட்டடங்கள், பாலங்கள், பொறியியல் அதிசயங்கள் இவை பற்றித்தான் கேட்க பலர் ஆசைப்படுவார்கள் என்று எனக்குத் தெரிகிறது. ஆனால் ஒரு நாடு முழுவதும் தும்பு தூசி இல்லாமல் பளிச்சென்று துலங்குவதுதான் எனக்கு மகா பெரிய அதிசயமாகத் தோன்றுகிறது. ஆஸ்திரேலியா போன்ற நாடுகளைக் கும்பிடத்தான் வேண்டும். சுத்தமாக ஊரையும் வீட்டையும் வைக்காமல் இருப்பது ஒருவித சோம்பலால்தான். இந்தத் தனி மனித சோம்பல்கள் பத்து, நூறு என்ற கணக்கில் முனிசிபல் கமிட்டியாகவும், பஞ்சாயத்துக் குழுவாகவும், சட்டசபையாகவும் ஒன்று கூடும்போது தெரு, ஊர் எல்லாம் பெரிய குப்பைத் தொட்டியாகிவிடுகின்றன. தெருவுக்குத் தெரு கழிவிடங் களும் நீர் வசதியும் கட்டாத நகர சபைகளும் இந்தத் தனி மனித சோம்பல்களின் கூட்டுப் பலன், சென்னை போன்ற நகரங்கள் சிறுநீர் வாடை ஸ்தலங்களாகக் கமழ்வதைப் பார்க்கும்போது இப்படியெல்லாம் சொல்லத் தோன்றுகிறது.

சிட்னியின் பளிச்சென்ற தோற்றத்திற்கு இடையில் ஒன்று முக்கியமாக நினைவில் ஆழ்ந்திருக்கிறது. அதுதான் ஸிட்னி ஆபரா ஹௌஸ் – இசைக் கலை அரங்கம். இதில்தான் எங்கள் மகாநாடும் நடந்தது. கடல் சுழி ஒன்றில் நீரில் மிதக்கும் பல படுதாக்கள் கொண்ட ஓடம் போல இந்த அதிசயத்தை எழுப்பியிருக்கிறார்கள். இந்த ஆபரா அரங்கத்தைக் கட்டு முன், ஒரு டிசைன் போட்டி நடத்தினார்கள். கடல் நிலைக்கு ஏற்ப இருந்த இந்த டிசைனைத் தேர்ந்தெடுத்தார்கள். பிறகு இதைக் கட்ட ஏகப்பட்ட கோடி செலவு. அதற்காகப் பல தடவை லாட்டரி நடத்தினார்கள். எஃக், கான்க்ரீட், கண்ணாடிகளாலான காவியம் என்று உலகம் முழுவதும் இதைப் புகழ்ந்து

கொண்டிருக்கிறது. பெயர் 'இசை நாடகம்' என்று இருந்தாலும், உள்ளே பல பாணிகளில் பல தியேட்டர்களும் அரங்குகளும் உள்ளன. 2700 பேர் உட்கார்கிற ஒரு இசையரங்கு, 1550 பேர் உட்கார்கிற ஒரு இசை நாடக அரங்கு, 550 பேர் அமர்ந்து பார்க்கும் ஒரு நாடக சாலை, 420 பேர் அமர்ந்து கேட்கிற ஒரு இசைக் கலையரங்கம் – இவைதான் முக்கியமானவை. இவற்றைத் தவிர கூட்டம் நடந்த அரங்குகள், பிரமிக்க வைக்கிற இரண்டு உணவு விடுதிகள், மதுபானக் கூடங்கள் –இத்தனை சம்பிரமங்கள். மகாநாடு திறப்பு விழா இங்கு நடந்தது. முழுவதும் சுற்றிப் பார்க்க மணிக்கணக்கில் ஆயிற்று. நவீன அரங்கக் கலையில் இது முக்கிய இடத்தைப் பிடித்துக்கொண்டுவிட்டது. உலகின் பல பாகங்களிலிருந்து சிட்னி வருகிற யாரும் இதைப் பார்க்காமல் போவதில்லை. முக்கியமாகக் கட்டட டிசைன் கலைஞர்கள் வேறு எங்கு போகத் தவறினாலும் இதை விடுவதில்லை. இதைக் கட்டின கதை, தோற்றம், உள்ளடக்கம், அளவுகள், நீள – அகல – உயரங்கள் – இதை எழுப்பப்பட்ட பாடுகள் – அனைத்தையும் ஒரு நூலாக வெளியிட்டிருக்கிறார்கள். ஆஸ்திரேலியாவிலிருந்து திரும்பி வந்ததும் வராததுமாக பஞ்சாபி நண்பர் – அவர் ஒரு பிரபல ஓவியர் – பொருட்காட்சி டிசைனர் – அதை வாங்கிக் கொண்டு போனார். மாதக் கணக்கில் ஆயிற்று. இன்னும் தருகிறார். தரப் போகிறாரோ இல்லையோ!

ஆஸ்திரேலியாவுக்கு நீங்கள் போனால், கங்காருவை யும் கோலாக் கரடியையும் பார்க்காமல் வரலாம், இந்த ஆபரா ஹௌஸைப் பார்க்காமல் வந்தால் 'கொல்லம் போன கதை'. என்று மலையாளத்தில் சொல்வார்களே அந்த மாதிரி ஆகிவிடும்.

தூரத்தில் பார்த்தால் அடக்கமாக ஒரு சாதாரண அளவிலும் பெரிய இடம்போலத் தெரியும். அருகில் போனால்தான் வாமனம் விச்வரூபமாவதுபோல் பிரமிக்க வைக்கும்! எனக்குக் கொனார்க் சூரியன் கோவில் ஞாபகம் வந்தது. ஒரிஸ்ஸாவில் கடற்கரையில் ஒரு மூலையாகப்

பார்த்து சூரியன் கோவிலைப் பல நூற்றாண்டுகளுக்கு முன்பு ஒரு மகாராஜா கட்டினான். காம சாஸ்திரத்தைப் பச்சைப் பச்சையாகச் சிறு அளவிலும் உண்மை அளவிலும் செதுக்கிய நூற்றுக்கணக்கான சிற்பங்கள் கொண்ட உலக அதிசயம் இது! தூரத்திலிருந்து பார்க்கும்போது ஒரு குடிசைபோல, ஒரு சின்னத் தேர்போல தெரிகிறது இது. அருகில் போனால் மாபெரும் கல் ரதமாக அழகு ரதமாக விச்வரூபம் எடுத்திருப்பது தெரியும். அண்ணாந்து அண்ணாந்து கழுத்து நோகும். சிட்னி ஆபரா ஹௌஸையும் இதையும் ஒப்பிடுவது சரியல்ல. இரண்டும் காவியங்கள்தான்! பல புதிய கட்டடங்களைப் பார்த்தவர்கள் சிட்னி அரங்கைக் கொஞ்சம் கற்பனை யாவது செய்துகொள்ளலாம். ஆனால் கொனார்க்கா சூரிய ரதத்தைக் கற்பனையில் காண்பது முடியாது. நேரில்தான் பார்க்கவேணும்: விளக்கை விட்டில் சீந்துவதுபோல விழுந்து விழுந்து, நுணுக்கி நுணுக்கி, கடுகிக் கடுகி, வெட்கத்தை விட்டுப் பார்த்துக்கொண்டிருப்பீர்கள். ஒரு தடவை பார்த்துவிட்டு வந்தால் சினிமா போஸ்டர்கள், பத்திரிகைகளிலும் வரும் இரு பக்க ஆண் – பெண் நட்சத்திரப் பொம்மைகள், கவர்ச்சிப் படங்கள் என்ற பெயரில் வரும் இந்தச் சிவப்பு – மஞ்சள் – பச்சை மசிகளைப் பார்க்கமாட்டீர்கள். பார்ப்பது 'கச்சடாவாகக் கூடத் தோன்றும். புகைப்படக் காமிராக்களும், அச்சு இயந்திரங்களும் எழுப்பிய கலையல்ல கொனார்க்கா.' சிற்பிகள் உயிரைப் பிழிந்து எழுப்பிய சௌந்தர்ய லோகம்! கஜுரஹோ என்று பறப்பவர்களுக்குக் கொனார்க்காவைப் பார்த்ததும் கஜுரஹோ கனவாகத் தேய்ந்துகூட விடலாம்.

தி. ஜானகிராமன்

8

கோல்ட் கோஸ்ட் கடற்கரையில் மத்யான வெயிலில் ஆயிரக்கணக்கான ஆண்களும் பெண்களும் உடலில் மறைய வேண்டிய இடங்களை மட்டும் மறைத்து மணலில் படுத்து 'வெயில்' வாங்குவதைப் பார்த்துக்கொண்டே சிறிது நிற்கத் தோன்றிற்று. மேலும் மேலும் கார்கள். சாலையில் 50, 60 மைல் தூரங்களிலிருந்து வந்த வண்ணம் இருந்தன. விடுமுறையைக் கழிக்க வருவோர்களின் கூட்டம், குஞ்சுக் குழந்தைகளும் குடும்பங்களும் மணலுக்கு வந்து ஆடைகளைக் கழற்றிக் கொண்டிருந்தார்கள். துடுப்பை எடுத்து கடலில் இறங்கிக்கொண்டிருந்தார்கள். நூற்றுக்கணக்கான பேர் நீந்திக்கொண்டிருந்தார்கள்.

வெளிநாடுகளில் சுற்றப் போனால், எதைப் பார்த்தாலும் நம் ஊர் ஞாபகம் வராமல் இருப்பதில்லை. நம் ஊர்க் கடற்கரை மனதில் வரத்தான் செய்தது. சென்னை கடற்கரை, மகாபலிபுரம், ராமேஸ்வரம், திருச்செந்தூர், தனுஷ் கோடி, பூரி, கோவா, பம்பாய், கொச்சி, இந்த எல்லா கடற்கரைகளிலும் நின்ற ஞாபகம் வருகிறது. ஆனால் கோல்ட் கோஸ்ட்டில் பார்த்த நீச்சல் வெறியை நான் பார்த்ததில்லை. கடலில்

நீந்துவதற்காகவே 50, 60 மைலிலிருந்து வருகிறார்கள். கோல்ட் கோஸ்ட்டுக்கு, பொதுவாக, நம் நாட்டில் நீச்சலுக்கு அவ்வளவு 'மௌஸ்' இல்லை. சென்னை மக்களுக்கு சுறா மீனைக் கண்டு பயம், அதிகாரிகளும் சுறா மீன் ஜாக்கிரதை என்று பயமுறுத்தியிருக்கிறார்கள். சுறா மீன்களைப் பற்றிக் கேள்விப்படாதவர்களுக்குக்கூட நீரைக் கண்டால் தயக்கம். கல்லூரி, பள்ளிகளில் படிப்பவர்களில்கூட, நீச்சலுக்குப் போகிறவர்கள் நூற்றில் ஒன்று, பாதி இருந்தால் அதிகம். நீச்சல் குளம் – தேக்கங்கள் செயற்கையாகக் கட்டியிருப்பதும் எங்காவது அபூர்வமாகத்தான். இருக்கிற குளத்திற்கும் ஆள் இல்லை. நீர் இல்லாத குளங்களும் உண்டு. பொதுவாக விளையாட்டில், நீச்சல் போன்ற விளையாட்டுகளில் ஆர்வம் இல்லாததுதான் காரணமாக இருக்க வேண்டும். நேரம் இல்லையோ – பயமோ – உடம்பில் திராணி இல்லையோ –

கங்கையில், ஹரித்துவாரம், காசி நகரங்களில் சின்னச் சின்ன வாண்டுகள் எல்லாம் சீல் பண்ணிய தகர டப்பாக்களையும், மோட்டார் ட்யூப்களையும் வைத்துக்கொண்டு அமளிப்படுத்தும் காட்சி நித்தியக் காட்சி!

ஸ்போர்ட்ஸ், ஸ்போர்ட்ஸ் என்று கல்வி அதிகாரிகள் தொண்டை காயக் கத்துகிறார்கள். கத்தும் கத்தலுக்குத் தகுந்த ஆட்கள் வரவில்லை. காரணம் விளையாட்டில் ருசியில்லாதது ஒன்று. இன்னொரு முக்கிய காரணம் பரீட்சை எழுதுகிற பரீட்சை இல்லை. விளையாட்டிலே பரீட்சை. அவனை இவன் உயர்த்தி, இவனைவிட இன்னொரு இவன் மோசம். இப்படி 'தேர்வு' செய்து வடிகட்டி உற்சாகத்தைக் குலைக்கிறார்கள். விளையாடுவது தன் மகிழ்ச்சிக்கு, தன் உடல் வளர்ச்சிக்கு – இதில் என்ன போட்டி வேண்டிக் கிடக்கிறது? நம்முடைய படிப்பு மாதிரிதான் இருக்கிறது விளையாட்டு. நம் குழந்தைகள் படிக்கிறது, உல்லாசத்திற்காக, அறிவுக்காக, தன் மகிழ்ச்சிக்காக இல்லை. நிறைய மார்க்குக்காக,

தி. ஜானகிராமன்

வாத்தியாருக்கு நல்ல பெயர் வாங்கிக் கொடுக்க – அந்தத் தலைமை வாத்தியார் பள்ளிக்கூடத்திற்கு நல்ல பெயர் வாங்கிக் கொடுக்க அந்தப் பள்ளிக்கூடமும், பள்ளிக்கூடங்களும், மாவட்ட, மாநிலக் கல்வி அதிகாரிகளுக்கு நல்ல பெயர் வாங்கிக் கடைசியில் அந்த அதிகாரிகள் கல்வி அமைச்சரிடம் 'ஷொட்டு' வாங்க வேண்டும். இந்தச் சங்கிலி அறுபடாமல் இருக்க, தொய்யாமல் இருக்க, வாரப் பரீட்சை, மாசப் பரீட்சை, கால்பரீட்சை, அரைப்பரீட்சை என்று குழந்தைகளின் உயிரை வாங்குகிறார்கள். பரீட்சை செய்வதே நச்சுப் பழக்கம் என்று வாய் கிழிகிற கல்வி அதிகாரிகளும் நிபுணர்களும் பள்ளிக் கூடங்களைப் பரீட்சை முடிவைப் பார்த்துத்தான் எடை போடுகிறார்கள். விளையாட்டும் இந்தத் தேர்வுப் பேயின் பார்வையில்தான் 'வளர்ந்து' வருகிறது. இந்தியா இதில் தனித்து நின்று விடவில்லை. மேற்கு நாடுகளிலும் இந்தப் பரீட்சைப் பேய்கள் நடமாடாமல் இல்லை. ஒன்றே குலம் ஒருவனே தேவன் என்று எவனோ எழுதிவைத்துவிட்டுப் போனான். எல்லோரும் சமம் – எல்லாரும் சகோதரர்களாம் – அப்படியானால் ஏன் விளையாட்டு படிப்பு தோற்றம் – எல்லாவற்றுக்கும் மார்க் போடுகிறார்கள்? அடிப்படையில் ஒவ்வொரு மனிதனும் இன்னொரு மனிதனைவிட 'ஒஸத்தி' என்று சொல்லிக்கொள்ளத்தான் விரும்புகிறான். இன்னொருவன் அவனை விடத் தாழ்த்தி, அடிமை செய்ய வேண்டும் – ஏதாவது ஒரு விதத்தில். இல்லை, நான் உனக்குச் சமமல்ல என்று பல்லையாவது காட்ட வேண்டும். சர்வாதிகாரம் அரசியலில் மட்டுமல்ல, ஒவ்வொரு தனி மனிதனிடமும் உறுமிக் கொண்டுதான் இருக்கிறது. போட்டி வைக்கிறது. சுரண்டச் சொல்கிறது. குடும்பத்தினர்மீது அரசோச்சச் சொல்கிறது. அடுத்த வீட்டுக்காரனை, ஊரை, மாவட்டத்தை, மாநிலத்தை, நாட்டை ஆளச் சொல்கிறது – தவிர்க்க முடியாததுதான். டார்வினே சொல்லிவிட்டான். முயற்சி பண்ணி விளையாட்டிலாவது இதைக் குறைத்துக்கொள்ளலாம்.

ஒலிம்பிக் விளையாட்டில் தங்க மெடல் வாங்காவிட்டால் நம் குடி முழுகிப் போய்விடாது. சந்தோஷத்திற்காக விளையாடுகிறோம் என்பதை அடிக்கடி நினைவுபடுத்திக் கொண்டால் போதும், மனிதனின் இந்த அடிப்படைப் போட்டியைக் கண்டுதான் பைராகிகளும் ஆண்டிகளும் ஹிப்பிகளும் உருவாகிறார்கள்.

கோல்ட் கோஸ்ட்டில் கடற்கரைச் சாலைக்கு இந்தப் பக்கம் ஒரு நீர் விளையாட்டுக் கூடம். இங்கு ஒரு கட்டை, நீல நிறத் தண்ணீர். அதற்குள் ஒரு டால்ஃபின், நிலத்தில் நாயைப்போல, நீரில் டால்ஃபின் மனிதனுக்குத் தோழன். குழந்தை போன்றது. அதற்கு வேடிக்கை யெல்லாம் கற்றுக் கொடுத்திருக்கிறார்கள். அதற்கும் விளையாட்டு வேடிக்கையெல்லாம் பிடிக்கும் என்றுதான் தோன்றுகிறது. நீருக்குள் கிடக்கிற அந்த டால்ஃபினிடம் என்னென்னவோ சொல்லுகிறான் மேலே நிற்கிற பழக்கி, அவன் சொன்னபடியெல்லாம் ஆடுகிறது. நீருக்கு மேல் பத்தடி உயரத்தில், இருபதடி உயரத்தில், முப்பதடி உயரத்தில் இருக்கிற சின்ன கம்பி வளையத்தில் நீருக்குள் ளிருந்து கிளம்பிப் பாய்ந்து புகுந்து குதிக்கிறது. நீருக்குள் கிடக்கும் பிராணிக்கு அவன் சொல்வதெல்லாம் கேட்கிற விந்தையைப் பார்த்தால் சிருஷ்டியின் விந்தையைக் கண்டு வியக்க வேண்டியிருக்கிறது. ஒவ்வொரு வேடிக்கைக்குப் பிறகும் அது வாயை நீட்டுகிறது. பக்கத்திலிருக்கும் பக்கெட்டிலிருந்து ஒரு மீனை எடுத்து எறிகிறான் பழக்கி. டாஃல்பின் குறி தவறாமல் அதைக் கவ்விக் கொள்கிறது. ஒரு மீன்தான். இரண்டு, மூன்று கொடுத்து விடுவதில்லை. இரண்டு மூன்று என்று கொடுத்துக் கொண்டிருந்தால், அது நிறையச் சேர்த்துக் கொண்டு தனி வீடு, ஃப்ரிஜ், டி.வி., நகை என்று வாங்கி ரிடயராகிவிடுமோ என்ற பயமாக இருக்கலாம்.

இந்த டால்ஃபின் விளையாட்டைப் பார்க்க ஓர் ஆயிரம் குழந்தைகள் நாங்கள் போன அன்று தாய் தந்தையரோடு வந்திருந்தன. ஒவ்வொரு சனி ஞாயிறும்

இப்படி வருமாம். ஒவ்வொரு விளையாட்டுக்கும் எல்லாம் கைகொட்டின. திடீரென்று "இன்று எந்தக் குழந்தைக்குப் பிறந்த நாள்?" என்று பழக்கி கேட்டு வைத்தான். ஒரு நிமிஷம் கழித்து ஒரே ஒரு குழந்தை எழுந்து நின்றது. அதைக் கூப்பிட்டு ஒரு ஓடத்தில் உட்கார வைத்தான் பழக்கி. டால்ஃபின் அந்த ஓடத்தின் கயிற்றை வாயில் மாட்டி இழுத்து அந்தக் குளத்தை ஒரு தடவை சுற்றிவந்துகொண்டு விட்டது. எனக்கு மீண்டும் நம் ஊர் ஞாபகம் வந்தது. நம் ஊரில் ஒரு டால்ஃபினேரியம் இருந்து, தினமும் இந்த மாதிரி ஆயிரம் குழந்தைகள் கூடி, இப்படி ஒரு 'பிறந்த நாள்' கேள்வி கேட்டால் ஒரு குழந்தைதான் எழுந்து நிற்குமா, எட்டு அல்லது பத்துக் குழந்தைகள் நின்றிருக்குமா? எட்டு, பத்து இராவிட்டாலும், நிச்சயமாக ஒன்றுக்கு மேல் இருக்கும். குறைந்தது மூன்றாவது இருக்கும். ஆஸ்திரேலியாவில் செம்முக்கோணம், ரப்பர் உறைகள் ஏதும் கிடையாது! (இதையெல்லாம் வெளிநாட்டார்கள் கொண்டு வருவதற்குக்கூடத் தடை என்று ஒரு நண்பர் சொல்லிக் கொண்டிருந்தார். எவ்வளவு தூரம் உண்மையோ – தெரியாது.) இருந்தும், அன்று ஒரு குழந்தைதான் எழுந்து நின்றது.

கோல்ட் கோஸ்ட் ஒரு 'டூரிஸ்ட்' ஸ்தலம். இந்தப் புதிய மனித ஜாதிக்கு வேண்டியதெல்லாம் இங்கும் உண்டு. உணவுக் கடைகள், ஞாபகம் பொருட் கடைகள்; கோல்ட் கோஸ்ட்டின் காட்சி – மகிமைகள் அச்சிட்ட வண்ண நிறக் கார்டுகள், வேடிக்கைகள் எல்லாம் உண்டு. பாடல் பெற்ற ஸ்தலங்களைப் போல்தான் இவைகளும். இங்கிலாந்தில் ஷேக்ஸ்பியர் பிறந்ததாகச் சொல்லப்படும் ஸ்ட்ராட்ஃபோர்ட் நகரம் கூட இதிலிருந்து தப்பவில்லை. அங்கு பல கடைகள் ஷேக்ஸ்பியர் உருவம் அச்சிட்ட கைக்குட்டைகள். பென்சில்கள், வீட்டு மாடல்கள், பதுமைகள், விளையாட்டுச் சாமான்கள் – டயரிகள – திருச்செந்தூர், ராமேஸ்வரம் போன்ற கோவில் வாசல் கடைகளில் நிற்கிறோமோ என்று சந்தேகம் வந்துவிடும்.

புண்ணிய க்ஷேத்திரங்களும், டூரிஸ்ட் க்ஷேத்திரங்களும் ஒரே ஜாதிதான். புண்ணிய க்ஷேத்திரங்களை டூரிஸ்ட் க்ஷேத்திரங்களாக டூரிஸ்ட் இலாக்கா மாற்ற முயலும்போது, இருக்கிற பயபக்தி மறையும். அவ்வளவுதான். ஏழெட்டு மாதம், முன்பு ஒரு படம் பார்த்தேன். மேற்கு ஜெர்மன் டூரிஸ்டுகள் இலங்கைக்குப் போகிறார்கள். வளைய வரும்போது புத்தபிரானுக்கு முன்னர் வைத்துள்ள தாமரை மலர்களைக் குனிந்து குனிந்து முகர்ந்து பார்க்கிறார்கள். அப்படிச் செய்யக் கூடாது என்று படம் எச்சரிக்கிறது. டூரிஸ்ட்டுகள் கடற்கரையில் உலாவும் ஏழைச் சிறுவர்களுக்குப் பணம் கொடுத்துக் கொடுத்துப் பிச்சைக்கார மனப்பான்மையை ஏற்றிவிட்டார்கள். அப்படிச் செய்யாதீர்கள் என்று படம் எச்சரிக்கிறது. ஒரு சிங்களச் சாப்பாட்டுக் கடைக்காரர் தன் மகன் இப்படியே டூரிஸ்டுகளிடம் கையேந்திப் பழகிவிட்டான் என்று வருத்தப்படுகிறார். இந்த வருத்தத்திற்கெல்லாம் இடம் கொடுக்காதீர்கள் என்று படம் எச்சரிக்கிறது.

கோல்ட் கோஸ்ட்டிலிருந்து திரும்பி வரும்போது அங்கிருந்து மூன்று நான்கு மைலில் ஒரு இடத்தில் நிறுத்தினார்கள். அங்கு ஒரு பூங்கா. ஒரு பொருட்காட்சியும் இருந்தது. பூங்காவில் குழந்தைகள் கண்டுகளிக்க மிருகங்கள், பறவைகளையெல்லாம் வேலிக் கூண்டுகள் போட்டு அடைத்துவைத்திருந்தார்கள். பெரியவர்கள் கண்டுகளிக்க பல சாமான்களை வைத்திருந்தார்கள். ஆஸ்திரேலியாவின் பூவியல் – வரலாறு சம்பந்தமான சின்னக் காட்சி. சில சாமான்களை விற்றும் கொண்டிருந்தார்கள். ஆஸ்திரேலியாவுக்குப்போகிறவர்கள் இரண்டு சாமான்களை வாங்காமல் வருவதில்லை. ஒன்று கோலாக் கரடி, இன்னொன்று ஒப்பல்கல், கோலாக் கரடியை வைக்கோல், எல்லாம் திணித்துத் தத்ரூபமாகச் செய்திருக்கிறார்கள். ஆனால் மேலே உள்ள ரோமம், கங்காருவின் ரோமம். கோலாக் கரடியின் ரோமம் ரொம்ப அரியது. அதைக் கொல்வதற்கும் தடை.

‘ஒப்பல்’ நீல நிறக்கல். ரத்தினங்களில் ஒன்று. ஜப்பானில் நல்முத்தைப்போல ஆஸ்திரேலியா பெருமையோடு இந்த ‘ஒப்பல்’ கல்லை விளம்பரப்படுத்துகிறது. “எங்களிடம் வாங்குங்கள். இது அசல் உயர்ந்த ரகம்” என்று வழக்கம்போல விளம்பரங்கள்.

இந்தப் பொருட்காட்சியைச் சுற்றி வரும்போது ஒரு செக்கோஸ்லவாக்கியா நாட்டுக் கலைஞர் என்னமோ எழுதியிருந்தார். உற்றுப் பார்த்தேன். ஆஸ்திரேலியா இத்தனை வளமாக இருந்து, கலை மனப்பாங்கில் பாலைவனமாக இருக்கிறதாம். அதற்காக ஓவியம் போன்ற கலைகளை வளர்க்க அவர் உதவுவதாக எழுதியிருந்தார். இது சரியா இல்லையா என்று தீர்மானிக்க எனக்குத் தகுதியும் இல்லை. நேரமும் இல்லை. ஆஸ்திரேலியாவில், நல்ல இசைக் கூடங்கள், கட்டடங்கள், ஓவியங்கள் எல்லாம் இல்லாமல் இல்லை. ஹெய்சன், ஆர்தர் ஸ்ட்ரீட்டன் போன்றவர்கள் ஆஸ்திரேலியாவின் இயற்கைக் காட்சிகளை நுண்ணிய கலை உணர்வோடு ஓவியம் தீட்டியிருக்கிறார்கள். டோபெல் போன்றவர்கள் உருவ ஓவியங்களில் பேர் வாங்கியிருக்கிறார்கள். நாமாத்ஜிரா போன்ற ஆஸ்திரேலிய பழங்குடிக் கலைஞர்கள் நீர் வண்ணங்களில் நல்ல நல்ல ஓவியங்கள் படைத்திருக்கிறார்கள். இந்த செக்கோஸ்லவாக்கியர் ஏன் இப்படி எழுதியிருக்கிறார் என்று யோசனையாக இருந்தது. இசையிலும் நாடகத்திலும் பொம்மலாட்டத்திலும் செக்கோஸ்லவாக்கியா அற்புதங்களைச் சாதித்துள்ள நாடு. கலைகளில் ஊறிய நாடு. இத்தனையூண்டு நாடான நம்முடைய செக் நாடு இப்படி கலை அழகில் திளைக்கும் போது, விளையாட்டிலும் விஞ்ஞானத்திலும் சாப்பாட்டிலும் செல்வத்திலும் புரளுகின்ற இத்தனை பெரிய ஆஸ்திரேலியாவில் ஏன் எண்ணிக்கையில் ஏராளமான கலைஞர்களும் கலை ஆர்வமும் தோன்றவில்லை என்று வருத்தப்பட்டுச் சொல்லியிருக்கிறாரோ என்னவோ! வெள்ளைக்காரர்கள் சம்பந்தப்பட்ட வரையில் ஆஸ்திரேலியா அமெரிக்காவைப்

போல, புது உலகம், புதிய கண்டம். அமெரிக்காவிலாவது இன்க்கா, அஸ்டெக் போன்ற மக்கள் பெரும் நாகரீகங்கள், வெள்ளைக்காரர்களே பிரமிக்கிற, (ஆனால் அரை மனதோடு ஒப்புக்கொள்ளுகிற) கலைகளையும் கட்டட நாகரீகங்களையும், வாழ்க்கை முறைகளையும் வளர்த்திருந்தார்கள். ஆனால் ஆஸ்திரேலியாவில் இருந்த பழங்குடி மக்கள் கறுப்பு நாடோடிகள், கற்காலத்து மனிதர்களாகவே வாழ்ந்தவர்கள். முதலில் குடியேறிய பிரிட்டிஷ்காரர்களும், குற்றங்களுக்காக நாடு கடத்தப்பட்டவர்களும், பிறகு வந்த வெள்ளைக்காரர்கள் வாழ்க்கையில் முன்னேற வியாபாரம், பயிர்த்தொழில் ஆக்கத் தொழில் என்று வந்தவர்கள் – அமெரிக்காவைப் போல, ஓரிஜினல் கலை – இலக்கிய மரபுகளை உருவாக்க இன்னும் பல வருடங்கள் ஆகுமோ என்னவோ! தற்போதுள்ள வெள்ளை அமெரிக்காவின் வயதில் பாதிதான் வெள்ளைக்கார ஆஸ்திரேலியாவுக்கு. இதையெல்லாம் நினைத்தே, அந்த செக் நாட்டுக் கலைஞர் மேற்கண்டவாறு சொல்லியிருக்கலாம்!

9

மாண்ட்டி மாரிஸ் என்ற ஒரு ஆஸ்திரேலியர் எங்களுக்கு ஒரு நாள் ராத்திரி விருந்து வைத்தார். அடுத்த வீடு ஐம்பது மைல் என்ற க்வீனன்ஸ்லாந்து மாநிலத்தின் காட்டுவெளிகளில் தனித்துக் கிடக்கும் குடும்பக் குழந்தைகளின் படிப்பெல்லாம் இவர் அதிகாரத்திலிருந்தது. "பார் பெக்யூ பார்ட்டி ஒன்று வைக்கப் போகிறேன், வரவேண்டும்" என்றார்; புரியவில்லை. புரியாவிட்டால் என்ன, போய்ப் பார்த்துக் கொள்கிறது என்று சரிசொல்லி வைத்தேன். எங்கள் குழுவில் இன்னும் பலருக்கும் புரியத்தான் இல்லை; போனோம்.

பிரிஸ்பேன் ரொம்ப அழகான நகரம் என்று முன்னமே சொல்லியிருக்கிறதாக நினைவு. ஒரு பெரிய ஆறு நகரத்தின் நடுவே வளைய வளைய அழகாகப் பாய்கிறது. நாங்கள் தங்கியிருந்த ஹோட்டலின் உச்சியிலிருந்து பார்த்தால் நதியை அணைத்து நகரம் வளைந்திருப்பதையும், தொலைவில் கடல் அலைகள் மத்தாப்பூவாக வெயிலில் மின்னுவதையும் பார்க்கலாம். வீடுகளும் பெரும்பாலும் ஒரே ஒரு மாடி கொண்ட வீடுகள். அதன் மேலும் மங்களூர் ஓடுகள். வீடுகளில் மரங்களே அதிகம். இந்த வீடுகளை யெல்லாம் விட்டுவிட்டு, மாண்ட்டி

நகரத்திற்கு வெகுதொலைவில் வனாந்தரத்தில் வீடுகட்டிக் குடியிருந்தார். தன்னந் தனி வீடு. சுற்றிலும் ஒல்லி ஒல்லியாக மரங்கள். நாங்கள் போன காலம் மரங்கள் இலைகள் உதிர்ந்து சுள்ளி சுள்ளியாக நின்றுகொண்டிருந்தன. அவர் மனைவியும் இரண்டு பிள்ளைகளும் வரவேற்றார்கள்.

திராட்சை மதுக்களும் பீரும் பரிமாறினார்கள்.

தோட்டத்தின் ஒரு மூலையில் ஏழடிக்கு மூன்றடியில் ஒரு பெரிய இரும்புப் பட்டம் கிடந்தது. கால் அங்குல கனம். அதைப் புரட்டி எடுத்தார்கள். நான்கு மூலையில் கற்களை அடுக்கி அதன் மேல் இரும்புப் பட்டத்தை வைத்தார்கள். கீழே தீ மூட்டினார்கள். விறகுக்குப் பஞ்சம் இல்லை. இடறி விழுந்தால் மரங்கள். இலை உதிர்ந்த மரங்களிலும் சுள்ளிகளை ஒடித்தார்கள். தீ வளர்ந்தது. நகரத்தில் இருந்த மாதிரி இல்லை. காட்டுப் பிராந்தியம். கொஞ்சம் குளிர் தோலில் புகுந்து அசைத்தது. நெருப்பு இதமாயிருந்தது. இரும்புப் பட்டம் செஞ்சூடாக நிறம் ஏறியதும், வாளி வாளியாகத் தண்ணீரைக் கொட்டினார்கள். அத்தனை நீரையும் உறிஞ்சி ஏப்பம்போல ஆகிவிட்டது இரும்புப் பட்டம். பிறகு கத்தை கத்தையாக எதோ கொழுப்பைப் பட்டத்தின் மீது போட்டார்கள். கொழுப்பு உருகிற்று. துணியால் துடை துடை என்று சுட்டுக் கொள்ளாமல் துடைத்தார்கள். நெடுநாளாகக் கிடந்து துரு ஏறியிருந்த பட்டம் இப்போது துரு நீங்கி பளபளத்தது. மீண்டும் தண்ணீரைக் கொட்டுகிறார்கள். நம் வீட்டில் தோசைக் கல்லைச் சுத்தம் செய்கிற வேலைதான் இத்தனை ஆடம்பரமாக நடந்தது. இது முடிய இருபது நிமிஷம் ஆனதும், மாட்டிறைச்சியைக் கும்பல் கும்பலாகக் கொண்டு பட்டத்தின் மீது வைத்தார்கள்; புரட்டினார்கள்; சிறு துண்டங்களாக வெட்டினார்கள்; புரட்டினார்கள். எல்லாம் கனன்று கனன்று வதங்குவதைப் பார்த்து, குழுவில் இருந்த இரண்டு மலேசியர்களும், நான்கு கறுப்பு ஆப்ரிக்கர்களும், நியூகினியரும், பாகிஸ்தான்காரரும் முகம் மலர, நாக்கில் நீர் ஊற ஆவலாகக் காத்துக்கொண்டிருந்தார்கள்.

தி. ஜானகிராமன்

வழக்கம்போலத் தனித்து நின்றவர்களுள் நானும் இன்னொரு சாகபட்சிணியும். எனக்கு பாட்னா, டில்லி, காவேரிக்கரை, கத்திரிக்காய்கள் கண்ணில் நின்றன. கத்திரிக்காயை நெருப்பில் வாட்டி, துவையல் தின்னும் நினைவில் எங்கள் நாக்கிலும் நீர் சுரந்தது. பஞ்சாப்காரரர்கள் 'பார்த்தா' செய்வார்கள். வார்த்தாகம் என்று கத்திரிக்காய்க்கு சமஸ்கிருதப் பெயர். அதுதான் பார்த்தா ஆயிருக்கிறது பஞ்சாபியில். 'பார்த்தாக்' துவையல் செய்வதில் பஞ்சாபிகளிடம் மற்ற இந்தியர்கள் பிச்சை வாங்க வேண்டும்.

ஜம்மு காஷ்மீர் பஸ் பிரயாணத்தில் பட்டோதி என்ற ஊரிலும், பஹல்காமிலும் சாப்பிடுகிற 'பார்த்தாக்' துவையல்களும் தந்தூரி ரொட்டியும் நாக்கில் புரண்டன. மாண்ட்டி மாரிஸுக்குத் திடீரென்று நாங்கள் ஆடுகள் என்பது அப்போதுதான் நினைவுக்கு வந்தது போலும், வருத்தப்பட்டார். "நீங்கள் உலகத்தில் பல உணவு வியப்புகளை, ரசிப்புகளைத் தவறவிடுகிறீர்கள்" என்று அங்கலாய்த்தார். "பரவாயில்லை எங்கள் மன நாக்கு ப்ரிஞ்சாலை ரசித்துக்கொண்டிருக்கிறது" என்றோம். ப்ரிஞ்சால் என்னவென்று அவருக்குப் புரிய வைக்க கத்தரிக்காய்ப் படம் போட்டுக் காட்ட வேண்டி யிருந்தது. "அடடா தெரியாமல் போய்விட்டதே. இதற்கா பஞ்சம்?" என்றார். கத்தரிக்காய் எக்ப்ளாண்ட்" என்று பெயர். இங்கு டன் டன்னாகக் கிடைக்குமே. தெரியாமல் போய்விட்டதே" என்று கத்தரிக்காயை அவர்கள் – சாப்பிடும் விதத்தையும் வர்ணித்தார். டில்லி, பாட்னா கத்தரிக்காய்போல. அந்த ஊர்க் கத்தரிக்காயும் ஒவ்வொன்றும் ஒரு கிலோ இருக்கும் போலிருந்தது. அவர் கை காட்டின அளவைப் பார்த்தால், அந்தக் கத்தரிக்காயை நீளவாட்டில் சரிபாதியாக நறுக்கி, மேல் தோலை அரை அங்குலம்விட்டு, உள்ளே இருக்கிறதைச் சுரண்டி, வதக்கி, இன்னும் மசாலா (மாமிசம் வேறு) சேர்த்து, அந்தக் கத்தரி பேலாவில் போட்டு மீண்டும் சுடவைத்து, பதமாக்கி,

மேஜை மீது அழகாகக் கொண்டுவைப்பார்களாம். "மிஸஸ் மாரிஸ் ரொம்ப அழகாகச் செய்வாள்" என்று சொல்லி வருத்தப்பட்டார். வருத்தப்பட்டு என்ன, அந்தச் சமயம் கத்தரிக்காய் இல்லை. சாப்பாடு ஆரம்பித்துவிட்டது. ஆளுக்கு ஒரு தட்டில் ஒரு இரும்புப் பட்டத்திலிருந்து பார்ஸக்யூவைப் போட்டுக் கொண்டு சப்புக் கொட்டித் தின்னத் தொடங்கிவிட்டார்கள். எங்களுக்கு ரொட்டி ஜாம், தேன், வெண்ணெய், மொச்சைக் கூட்டு, பால் – எல்லாம் வந்தன.

திடீர் என்று யாரோ சிரிக்கிற சத்தம் கேட்டது. மனுஷச் சிரிப்பு மாதிரிதான் இருந்தது. எல்லோரும் சுற்றிமுற்றிப் பார்த்தார்கள். மாண்ட்டியும் பார்த்தார்.

"அதோ" என்றார். கையால் சுட்டிக் காட்டினார். பார்த்தோம்.

"என்ன ?" ஆள் யாரையும் காணோம். "குக்கா பாரா" என்றார்.

மெதுவாகச் சந்தடி செய்யாமல் எழுந்து நடந்தார். அந்தி மயக்கத்தில் மரத்தடியில் எதையோ பார்த்துவிட்டுத் திரும்பி வந்தார்.

"கீழே உட்கார்ந்திருக்கிறது" என்றார்.

"எது ?"

"குக்கா புர்ரா. மெதுவாகப் போய்ப் பாருங்கள். சத்தம் போட்டால் பறந்துபோய்விடும்" என்றார்.

அவர் காட்டிய இடத்திற்கும் சந்தடி செய்யாமல் போய்ப் பார்த்தோம். இரண்டு மூன்று பேர். குக்கா புர்ரா எங்களைப் பார்த்துக்கொண்டு உட்கார்ந்திருந்தது. கொஞ்சம் வெள்ளை நிறம். மீன்குத்தி பறவை போலிருந்தது. நம் நாட்டில் குளத்தின் மீதும் ஆற்றுநீர் மீதும் அந்தரத்தில் சிறகடித்து நின்று சளக்கென்று நீருள் நெட்டுக் குத்தாகப் பாய்ந்து மீனைக் கவ்வுமே அந்த மீன்குத்தியை விட

இரண்டு மடங்கு பருமன். நிறம் நீலமாக இல்லை. சிறிது வெள்ளை. எங்களைக் கண்டு பயந்துவிடவில்லை அது. உற்றுப் பார்த்துக்கொண்டே இருந்தது.

"இதுவா சிரித்தது?" என்றோம்.

"ஆமாம்! மனிதர்கள் சிரிக்கிறாற்போலவே இருக்கும்."

நாங்கள் சிரித்துக்கொண்டிருந்ததைப் பார்த்து மது உள்ளே சென்று மன விம்மலில் தாராளமாக வந்த சிரிப்பைக் கேட்டுத்தான் அதுவும் சிரித்திருக்க வேண்டும்!

நாங்கள் திரும்பி வந்து உட்கார்ந்த பிறகு இரண்டு மூன்று தடவை சிரித்தது அது.

நாங்கள் சிரித்ததைப் பார்த்துச் சிரிக்கவில்லையாம் அது. அதன் இயல்பான கூவல்தானாம் அது. காலையிலும் மாலையிலும் அந்தி மயக்கத்தில் கத்துமாம். மீன்குத்தி இனம். ஆனால் நிலத்தில்தான் வாசம். பல்லி, பூச்சிகள், சின்னப் பறவைகள், சில சமயம் விலங்குக் குட்டிகளையே கொத்தித் தின்று விடுமாம்!

மீண்டும் போய்ப் பார்த்தோம். அதே இடத்தில்தான் இருந்தது. மாண்ட்டியும் வந்தார். இது வெள்ளை நிறம். இறக்கை மட்டும் துளி பச்சை, நீலம். அந்தி மயக்கம் கவ்வியிருந்தது. எங்களுக்கு நீலமும் தெரியவில்லை. பச்சையும் தெரியவில்லை. எனக்குத்தான் மாலைக் கண்ணோ, என்னவோ! மாண்ட்டி வீட்டுத் தோட்டத்திலும் சுற்றுவட்டத்திலும் உலவுகிற ஆசாமியாம் அது. அதனால்தான் நிறம் எல்லாம் அவ்வளவு தெளிவாகச் சொன்னார் போலும்.

மறுநாளைக்கு அவர் யோசனைப்படியே பிரிஸ்பேன் கடை ஒன்றிலிருந்து ஒரு குக்கா புர்ரா ஒலிப்பதிவை வாங்கிக் கொண்டேன். ஒரு சின்ன கிராமபோன் பதிவுத் தட்டு. ஆஸ்திரேலியாவில் மிருகங்கள், பட்சிகள் – அனைத்தையும் இப்படி தட்டுகளில் ஒலிப்பதிவு செய்து விற்கிறார்கள். பிரிட்டன், ஜெர்மனி, அமெரிக்கா, ஜப்பான் போன்ற

அடுத்த வீடு ஐம்பது மைல்

நாடுகளிலும் அந்தந்த நாட்டுப் பிராணி இனங்களின் ஒலிப்பதிவு கிடைக்கிறது. காட்டிலும் வெளியிலும் போய், தொலைவிலிருந்து வரும் ஒலிகளுக்கும், அருகாமையிலிருந்து வரும் ஒலிகளுக்கும் ஏற்றவாறு பிரத்யேக ஒலிவாங்கிகளையும் பிரதிபலிக்கும் வாணலிகளையும் வைத்துக்கொண்டு பதிவுசெய்கிறார்கள். திருவனந்தபுரத்தில் நீலகண்டன் என்ற ஆங்கிலப் பேராசிரியர் இத்தகைய பிரத்யேகப் பிரதிபலிப்பின் உதவியுடன் பல பறவை ஒலிகளைப் பதிவு செய்திருக்கிறார். வேறு சிலர் செய்கிறார்களோ, என்னவோ! பொதுவாக இசை வகைகளை ஒலிப்பதிவு செய்கிற உற்சாகம் இயற்கை ஓசைகளைப் பதிவுசெய்வதில் யாருக்கும் பொதுவாக இருப்பதாகத் தெரியவில்லை. தனியார் துறையில் ஒலிப்பதிவு கம்பெனிகளும் இதில் ஈடுபட்டிருக்கின்றனவா – தெரியவில்லை.

பார்பெக்யூவின் ருசியாலோ அளவாலோ அப்படி அப்படியே உட்கார்ந்து பேசத் தொடங்கினார்கள் நண்பர்கள். வழக்கம்போல பல தேசத்துப் பாடல்கள். இத்தகைய சர்வதேசக் குழுக்கள் கூடும்போது, எல்லா தேசத்து இதயங்களையும் இணைப்பது சங்கீதமாகத்தான் இருக்கும் என்று நைஜீரியா, கென்யா, சாம்பியா, செனகல் ஆகிய நாடுகளிலிருந்து வந்திருந்த குழு உறுப்பினர்கள் ஒவ்வொரு பாட்டு பாடினார்கள். ஆப்ரிக்கா கண்டத்தில் நூற்றுக்கணக்கான மொழிகள் – பழங்குடிகள் பண்பாடுகள், இவர்களுடைய சுதேசிய இசையை இந்த மாதிரி கூட்டங்களில் கேட்பது அரிது.

பொதுவாக இத்தகைய சர்வதேசக் குழுக்களில் இசை ஞானம் உள்ளவர்கள் குறைவாகத்தான் இருப்பார்கள். அது இசைக்காக ஏற்பட்ட பிரத்யேகக் குழுவாக இருந்தாலொழிய அப்படிப் பாடுபவர்கள்கூட மேநாட்டு இசையிலிருந்து அரிச்சுவடிப் பாடல் மாதிரி எதாவது பாடுவார்கள். மற்றவர்கள் மரியாதைக்காகக் கைதட்டுவார்கள். இதையெல்லாம் பொறுத்துக்

தி. ஜானகிராமன்

கொள்ளத்தான் வேண்டும். பொதுவாக முந்நூறு ஆண்டுகளாக பிரிட்டிஷ், பிரெஞ்சு, டச்சு, போர்த்துகீஸியர் முதலிய நாடுகள் காலனி ஆட்சியை நாட்டியதன் ஒரு விளைவு முக்கியமாக இசைத் துறையிலும் பரவி யிருப்பதுதான். இது மத மாற்றத்தோடு வந்த விளைவு. நாகலாந்து, மிஸோரம், மேகாலயா, நிகோபார் முதலிய பல மக்களிடையே இதைக் காணலாம். பெரிய அளவில் கிறிஸ்தவத்திற்கு மாறியவர்கள் மேநாட்டு இசை மரபையும் மேற்கொண்டு, தங்களுடைய பாரம்பரிய மான இசை மரபைத் துறந்திருக்கிறார்கள். பெரும்பாலான கிறிஸ்தவ ஆலயங்களில் பாடப்படுபவை, இந்தியாவின் பல மாநிலங்களும் உள்பட மேநாட்டு இசை மரபை ஒட்டியவைதான். இதற்கு விலக்குகள் இல்லாமல் இல்லை. ஆனால் அளவில், எண்ணிக்கையில் மிகக் குறைந்தவை. மாயூரம் வேதநாயகம் பிள்ளை சமரசக் கீர்த்தனைகள் என்று கர்நாடக ராகங்களில் பல பாடல்களை இயற்றினார். தஞ்சாவூரில் வாழ்ந்த இசை ஆராய்ச்சியாளர் ஆப்ரகம் பண்டிதர் நம்முடைய சங்கீதத்தைப் பற்றி விமர்சையாக ஆராய்ந்திருக்கிறார்.

10

நம்நாட்டில் கிறிஸ்தவச் சமயத்தினர் கர்நாடகச் சங்கீதத்துடனோ, வட இந்திய சங்கீதத்துடனோ தொடர்புகொண்டவர்கள் அதிகம் என்று சொல்ல முடியாது. பரமபிதாமீது நம இசை முறையில் பாடப்படும் கீர்த்தனைகள் குறைவு என்றுதான் சொல்ல வேண்டும். தனபாண்டியன், மரியப் பிரகாசம், ஜானம்மா, சுமதி போன்றவர்கள் அண்மையில் சில ஆண்டுகளாக ஜேசுதாசன் – இத்தகைய சில பெயர்களைக் கர்நாடகச் சங்கீதத் துறையில் நாம் அறிந்திருக்கிறோம். இதேபோல பல நாட்டு இசையிலும் சில கிறிஸ்தவர்களின் பெயர்கள் இருக்கலாம். சுதந்திரத்திற்குப் பிறகு சில ஆண்டுகளாகக் கிறிஸ்தவ சமயத்தினர் நம்முடைய இசை மரபுகளில் ஆர்வமும் பயிற்சியும் கொள்ளத் தொடங்கியிருக்கிறார்கள்.

வட இந்திய இசைத் துறையை வளர்த்தவர்களில், இன்னும் வளர்ந்து வருபவர் களில் வடநாட்டு முஸ்லிம்களுக்குப் பங்கு உண்டு. வாய்ப்பாட்டு, சித்தார், சரோட், மீன் தபாலா எந்தத் துறையிலும் சிகரப் பெயர் களில் முஸ்லிம்களைக் காணாமல் இருக்க முடியாது! ஆனால் இந்த ஆர்வம் இசைத் துறையில் தென்னிந்திய முஸ்லிம்களிடையே

அதிகம் இல்லை. மொகலாய ஆட்சியில் பேரரசர்களும் நவாபுகளும் சுல்தான்களும் வட இந்திய இசைக்குப் பெரும் அளவில் ஆதரவு கொடுத்திருக்கிறார்கள். அந்தரங்க சேடி போன்ற விலக்குகள் மிகமிகக் குறைவு.

அகிலதேசக் குழுவின் மத்தியில் இந்த நினைவுக ளெல்லாம் எனக்கும் இயற்கையாக வரத்தான் செய்தன. மேற்கத்திய நாடுகள் காலனி ஆட்சிகளை உலகெங்கும் ஆசியாவிலும், பசிபிக் தீவுகளிலும், ஆப்ரிக்காவிலும் தென் அமெரிக்காவிலும் நிறுவியபோது, பல சுதேசக் கலைகள் பலியாயின. அந்தப் பலிகளில் முக்கியமானவை சுதேச இசை மரபுகள்; முக்கியமாக பழங்குடி மக்கள் போற்றி வளர்த்துவந்த இசை முறைகள் முடமாகியும் நைந்தும் தேய்ந்தும் மறைந்தும் போயிருக்கின்றன. காலனி மக்களின் கலைகள், கல்வி, வாழ்க்கையெல்லாமே அடியோடு தாழ்ந்தவை என்ற அபிப்ராயத்தை ஆட்சி யாளர்கள் ஏற்படுத்தியதன் விளைவு இது. நம் நாட்டைப் பற்றிய வரையில் இந்தத் தாழ்வு மனப்பான்மையை வேரூன்றிப் புண்ணியத்தைக் கட்டிக்கொண்டவர்கள் மெக்காலே பிரபுவும் அவருடைய அரசாங்க – தாசர்களும் 'நிபுணர்களும்.'

நான் ஒரு கர்நாடக வீணைக் கச்சேரி ஒலிப்பதிவைக் கொண்டுபோயிருந்தேன். ஒரு ஆஸ்திரேலியர் அதை இரண்டு நிமிஷம் கேட்டுவிட்டு, 'இது நாட்டுப் பாடல் அல்லவா' என்றார். ஜப்பானிலும் ஒரு ஜப்பானியர் இந்த மாதிரி சொன்னதைக் கேட்டிருக்கிறேன். Polyphonic அல்லது Harmonic இனம் இல்லாத Melodyகள் யாவும் நாட்டுப் பாடல் என்று அவர்கள் அபிப்ராயம். அதைச் சொல்லும்போது அந்தஸ்து கொஞ்சம் குறைவு என்று சொல்லுவது போல் குரல் தொனிக்கும். ரவி சங்கர். புல்லாங்குழல் விச்வநாதன் முதலியவர்கள் போய் உட்கார்ந்து நம் நாட்டு இசைமுறைகளைப் பரப்பிய பிறகுதான் மேநாட்டார்களுக்கு – முக்கியமாக வெள்ளைக்காரர்களுக்கு இந்திய சங்கீதத்தின் சிக்கல்கள்

அடுத்த வீடு ஐம்பது மைல்

– *Sophistication* எல்லாம் புரிய வந்திருக்கிறது. அதுவும் சங்கீதக் காது உள்ளவர்களுக்குத்தான். ஜப்பான் போன்ற தேசங்களில் ஏழு ஸ்வரங்களுக்குப் பதிலாக, ஐந்து ஸ்வரம் கொண்ட இசைமுறை புழங்கி வருகிறது – அதாவது மரபு இசை. சீனா, ஜப்பான் முதலிய தூரக்கிழக்கு ரேடியோவில் மோகனம், ஆபோகி, சுத்தசாவேரி முதலிய ஐந்து ஸ்வரங்களை ஏறக்குறைய தினந்தோறும் கேட்க முடியும். இந்த மரபு இசையையே பல வாத்தியங்களோடு மேநாட்டு இசை போல் நமக்கு அளிக்கிறார்கள். இத்தகைய சொந்த மரபுள்ள ஜப்பான் தேசத்திலேயே ஒருவர், நம் சாஸ்திரீய இசையைக் கேட்டு, இது நாட்டுப் பாடல் மாதிரி இருக்கிறது என்று சொன்னாரென்றால், அது ஜப்பானீயருடைய மேல் நாட்டு மோகமாக இருக்க வேண்டும் அல்லது அவருக்கு ஜப்பானிய சங்கீதம் பற்றி அதிகமாகத் தெரியாதிருக்க வேண்டும். மூன்று வருடம் முன்னால் தென் கரோலினாவில் டான்கில்ஸிஸ் என்ற இசையறிஞரைச் சந்திக்க நேர்ந்தது. நான் என்னுடன் எடுத்துச் சென்றிருந்த ஒளிப்பதிவைப் போட்டுக் காண்பித்தேன். அவர் அதைக் கேட்டுவிட்டு, 'உங்கள் சங்கீதம் ஜாஸ் (J.2) மாதிரி இருக்கிறது' என்றார். நம் ராகங்களில் ஒலிக்கும் அரை, கால் சுருதிகளைக் கேட்டு அவர் அப்படிச் சொல்லியிருக்க வேண்டும் அல்லது நோட்டைப் பார்த்துப் பாடாமல், வாசிக்காமல், அவ்வப் போது புதிது புதிதாகக் கற்பனையும் மனோதர்மமும் செய்யும் நம் சங்கீதத்தைக் கேட்டும் அவர் அப்படிச் சொல்லியிருக்கலாம். இந்தத் திடீர் கற்பனை என்ற ஒரு அம்சத்தில்தான் ஜாஸ் இசைக்கும் நம் இசைக்கும் ஒற்றுமை என்றும், மற்றபடி நம் சங்கீதம் பல நூற்றாண்டுகளாக, ஓராயிரம், வருஷங்களாகப் பாரம்பரியமும் பயிற்சியும் கொண்டு விஞ்ஞான முறையில் வளர்ந்த கலை என்றும் அவருக்கு விளக்க வேண்டியிருந்தது.

ஆசியாவிலும் ஆப்ரிக்காவிலும் காலனி ஆட்சி ஒழிந்த பிறகு கடந்த 20 ஆண்டுகளாகத்தான் இந்த நாடுகளில்

அவற்றிற்கு உரிய வாழ்க்கைகளில் கல்வி மரபுகள் உண்டென்றும், அவற்றில் சில தங்களுடையவற்றைவிட மிகப் பழமையவை, நுட்பமானவை, உயர்ந்தவை என்றும் வெள்ளைத் தோலர்களுக்குப் புரியத் தொடங்கியிருக்கிறது.

சர்வதேசக் குழுக்களில் ஒருவனாக எங்காவது மேற்சொன்ன பாட்டுகீட்டு கேட்கும்போது சுரணையுள்ள ஒரு இந்தியனுக்கும் ஆசியனுக்கும் தோன்றும் உணர்ச்சிகள்தான் இவை.

ஒன்றே ஒன்று மட்டும் சொல்ல வேண்டும். சர்வதேசக் குழுக்களில் பாட வேண்டும், பாடக் கேட்க வேண்டும் என்ற ஆசை ஓங்கி நிற்பதுதான். பல இந்தியர்கள் இந்தக் குழுக்களில் பின் தங்கிப் பின்தங்கித் தயங்குகிற வழக்கம் உண்டு. இதற்கு நம்முடைய பள்ளிப் படிப்பு ரொம்ப ரொம்ப முக்கிய காரணம். நம்முடைய பள்ளிகளில் குழந்தைகளுக்குப் பாடக் கற்பிப்பதற்குக் கடைசி இடம். விளையாட்டும் பாட்டும் குழந்தைகளுக்கு இயல்பான ருசிகள் என்று கல்வி அதிகாரிகள், கல்வி சம்பந்தமான தத்துவங்கள், நிபுணர்கள், எல்லோரும் வாய் ஓயாமல் பேசுகிறார்கள். ஆனால் குழந்தைகள் உலவுகிற தொடக்கப் பள்ளிகளில் இதற்கு எந்த மதிப்பும் இருப்பதாகத் தெரிய வில்லை. கற்பிப்பதற்குத் தனி ஆசிரியரும் இருப்பதாகத் தெரியவில்லை. பெரிய பள்ளிகளில் கூட சில பெண்கள் பள்ளிகளில்தான் பாட்டு கற்பிக்கிறார்கள். அதாவது சமையல், தையல், குழந்தை வளர்ப்பு, வீட்டு நிர்வாகம் – இவற்றோடு ஒன்றாக இசை சேர்க்கப்பட்டிருப்பதாகத் தோன்றுகிறது. இந்த அலட்சியத்தினால்தான், இரண்டு முழங்கால்களையும் இடுப்பையும் அசைக்க வைக்கிற இசை மட்டும்தான் நம் மாணவர்களைப் பெரும்பாலும் சுவர்கிறது போலும், இவ்வளவு நீட்டி முழக்கிச் சொல்லக் காரணம், நான் போன ஜப்பான், ஜெர்மனி, அமெரிக்கா. ஆஸ்திரேலியா முதலிய நாடுகளில் குழந்தைகள் கூட்டமாக, சுவாரஸ்யமாகப் பாடாத பள்ளிகளை விரல்விட்டு எண்ணிவிடலாம் என்பதுதான்.

தொடக்கப் பள்ளிகளில் நூற்றுக்கு ஐம்பது குழந்தைகள் பாதியில் விட்டு விடுகின்றன என்று கல்வி அதிகாரிகள் புலம்புகிறார்கள். ஏழ்மையும் வீட்டில் உதவி செய்கிற நிர்ப்பந்தமும் நாலுகாசு சம்பாதித்து வீட்டுக்குக் கொடுக்கிற பரிதாபமும் காரணமாக இருக்கலாம். ஆனால் பாதி காரணம் தொடக்கப்பள்ளி வேண்டாத பாடமும் இசையும் இன்பமற்ற சிறையுமாக இருப்பதுதான்.

தி. ஜானகிராமனின் பயணக் கட்டுரை நூல்கள்
(காலச்சுவடு வெளியீடு)

நடந்தாய்; வாழி, காவேரி!
சிட்டி – தி. ஜானகிராமன்
ரூ. 370

காவேரி, காலந்தோறும் இலக்கியங்களில் இடம்பெற்று வந்ததன் உச்சமாக, தானே தலைவியாய்த் திகழும் இலக்கியம் இது. "காவேரி வெறும் ஆறு மட்டுமல்ல. அதன் கரையில் வாழும் மக்களின் பண்பை விளக்கும் வரலாற்று ஓவியம்" என உணர்ந்து தெளிந்த 'சிட்டி' (பெ.கோ. சுந்தரராஜன்)யும் தி. ஜானகி ராமனும் இணைந்து எழுதிய இப்பயணக் கதை – காவேரிக் கரைக் காட்சிகளை, அவற்றின் பகைப்புலங்களை, காவேரி சார்ந்த வரலாற்றை, பண்பாட்டை, புகைப்படங்கள் கோட்டோவியங்களுடன் தருகிறது.

நாற்பதாண்டுகளுக்குப் பிறகு இந்தச் செவ்வியல் பயணக் கதை புதிய பதிப்பாக இப்போது வெளிவந்துள்ளது.

கருங்கடலும் கலைக்கடலும்

தி. ஜானகிராமன்

ரூ. 200

தி. ஜானகிராமனின் ‘கருங்கடலும் கலைக்கடலும்’ பயண இலக்கியம். தி. ஜானகிராமன் பண்பாட்டு பரிமாற்றத் திட்டத்தின்கீழ் ரொமானியாவுக்கும் செக்கோஸ்லவாகியாவுக்கும் சென்று வந்தது பற்றி எழுதிய பயணக் கதை. சோமலெ, ஏ.கே. செட்டியார் போன்ற பயணக்கட்டுரை எழுத்தாளர்களின் பார்வையிலிருந்து முற்றிலும் வேறுபட்டது தி. ஜானகிராமனின் பயணம் பற்றிய எழுத்து. அடிப்படையில் தி.ஜா. புனைகதை எழுத்தாளர் என்பதால் தனது அனுபவங்களைக் கதையாகவே சொல்லிக்கொண்டு போகிறார். அவர் சென்ற நாடுகளின் பூகோளரீதியான தகவல்கள் இந்த நூலில் இல்லை. தி.ஜா. தனக்கே உரிய பாணியில் அந்த நாடுகளை நம்மைக் காணவைக்கிறார். தாம் கண்ட தெருக்களில் மிகமிக ஓங்கி நிற்கும் சூன்யத்தைப் பற்றிப் பேசுகிறார். தலைக்குமேல் இஷ்ஷென்று பறந்துபோகும் பறவையை ரசிக்கிறார். சந்தடியற்ற தெருக்களில் புலன்கள் கூர்ந்துவிடுவதால் சிறிய மணங்களைக்கூட நுகரமுடிகிறது என்கிறார்.

வெள்ளைக்காரர் ஒருவரிடம் உங்கள் கண் எப்படி இவ்வளவு நீலமாக இருக்கிறது என்று குழந்தைபோல் கேட்கிறார். செக்கோஸ்லவாகியாவில் பனி பொழிவதை லட்சம் தும்பைப் பூக்கள் வெள்ளைவெளேரென்று வெளியே உதிர்ந்துகொண் டிருந்தன என்று கவிதை ஆக்குகிறார். மனிதர்களை, நகரங்களை, சாப்பாட்டை ரசனையோடு வர்ணிக்கிறார். பயண அனுபவத்தை நாவலின் சுவாரஸ்யத்துடன் படைத்துத் தமிழ் வாசகனுக்கு விருந்தாக்குகிறார் தி.ஜா.

– தஞ்சாவூர்க் கவிராயர்

உதய சூரியன்
தி. ஜானகிராமன்
ரூ. 175

சிறுகதை, நாவல்களில் சாதனைப் புகழ் ஈட்டிய தி. ஜானகிராமன் எழுதிய முதலாவது பயணக் கதை இது. அவரது தனித்துவமான கலைத் திறனால் முன்னுதாரணமற்ற பயண நூலாகவும் நிலைபெற்றிருக்கிறது.

ஜப்பானில் தங்கியிருந்தும் பயணம் செய்தும் பெற்ற அனுபவங்களை தி. ஜானகிராமன், புனைகதைக்குரிய அழகுடனும் சுற்றுலாக் கையேட்டுக்குரிய நுட்பமான தகவல்களுடனும் இந்தக் கட்டுரைகளில் முன்வைக்கிறார். அந்த நாட்டின் இயற்கை வளத்தையும் பொருளாதார மேம்பாட்டையும் பண்பாட்டுப் பின்புலத்தையும் கலை மேன்மையையும் அந்த மண்ணின் மக்களை முன்னிறுத்தியே விவரிக்கிறார். ஒரு பயணக் கதையை வாசக மனத்தை விட்டு அகலாத இலக்கியப் படைப்பாகத் தமது மந்திரச் சொற்களால் உருவாக்கியிருக்கிறார் தி. ஜானகிராமன்.